Olw'ekibi,

N'olw'obutuukirivu,

N'olw'omusango

"Ye bw'alijja, Alirumiriza ensi olw'ekibi, n'olw'obutuukirivu, n'olw'omusango ..."
(Yokaana 16:8)

Obubaka obw'omuddiring'anwa ku Bulongoofu n'Amaanyi
(Ennyanjula 1)

Olw'ekibi, N'olw'obutuukirivu, N'olw'omusango

Obubaka obw'omuddiring'anwa Obwabuulirwa okumala Wiiki Bbiri Ez'okudda Obuggya - 1

Dr. Jaerock Lee

Olw'ekibi, n'olw'obutuukirivu, n'olw'omusango
kya Dr. Jaerock Lee
Kyafulumizibwa aba Urim Books (Abakulirwa: Johnny. H. Kim)
73, Yeouidaebang-ro 22-gil, Dongjak-gu, Seoul, Korea
www.urimbooks.com

Obuyinza bwonna tubwesigaliza. Ekitabo kino oba ebitundu byakyo tebikkirizibwa kufulumizibwa nate mu ngeri yonna, oba okuterekebwa mu ngeri yonna, oba okufulumizibwa mu kika kyonna ng'okwokyesaamu, oba okunaazaamu kkoppi, awatali lukusa okuva eri abaakifulumya.

Ebyawandiikibwa byonna bisimbuddwa mu Ekitabo Ekitukuvu.

Obuyinza ku kitabo kino © 2016 bwa Dr. Jaerock Lee
ISBN: 979-11-263-1167-5 03230
Obuyinza ku kuvvuunula © 2013 bwa Dr. Esther K. Chung. Nga akkiriziddwa.

Kyasooka kufulumizibwa mu gw'Ekkumi n'ebiri 2016

Kyasooka Kufulumizibwa mu Lulimi Olukoleya mu 2011 aba Urim Books e Seoul, mu Korea

Kyasunsulibwa Dr. Geumsun Vin
Kyalungiyizibwa Ekitongole Ekisunsuzi ekya Urim Books
Ayagala okumanya ebisingawo genda ku mutimbagano: urimbook@hotmail.com

Obubaka bw'Omuwandiisi

Jeg ber om at leserne blir rettferdige personer som mottar Guds mektige kjærlighet og velsignelser...

Nsaba nti abasomi banaafuuka abantu abatuukirivu abo abafuna okwagala kwa Katonda okungi n'emikisa...

Omusajja eyakyusa enkola z'ebintu amanyiddwa ennyo, Martin Luther bwe yali omuto, yatuukibwako embeera enzibu. Olunaku lumu, ye ne mukwano gwe bwe baali bayimiridde wansi w'omuti okweggama enkuba, eggulu ne likuba mukwano gwe eyamuli ku lusegere era n'afiirawo. Olwa kino ekyagwawo, Luther ne yeegatta ku ddiini y'abantu okusingira ddala abasajja abatya ennyo Katonda, abateejalabya era abatawasa era ne yeewaayo obulamu bwe bwonna ng'atambulira mu kutya Katonda oyo akyawa ekibi. Wadde yamala ebbanga ddene mu by'okwatula ebibi yalemererwa okuzuula eky'okuddamu eri ekizibu ky'ekibi. Ne bwe yasomanga Bayibuli okwenkana ki, yalemererwa okuzuula eky'okuddamu eri ekibuuzo kino nti, "Omuntu atali mutuukirivu ayinza atya okusanyusa Katonda omutuukirivu?"

Kyokka olunaku lumu, bwe yali asoma emu ku bbaluwa ya Pawulo, kwe kumala n'azuula emirembe egyo gye yali anoonyerezza ebbanga lino lyonna. Waali wasoma mu Baruumi 1:17 nti, "Kubanga mu yo obutuukirivu bwa Katonda bubikkulibwa obuva mu kukkiriza; okutuusa mu kukkiriza; nga bwe kyawandiikibwa nti, 'Naye omutuukirivu anaabanga mulamu lwa kukkiriza.'" Luther yatangaazibwa ku " butuukirivu bwa Katonda". Wadde nga kino tekinnabaawo yali amanyi obutuukirivu bwa Katonda oyo asalira abantu bonna omusango, naye kati yali ategedde ne ku butuukirivu bwa Katonda oyo agaba ekisonyiwo ky'ebibi eri abantu bonna abakkiriza mu Yesu Kristo, era nti abayita 'abatuukirivu'. Bwe yategeera kino, Luther yatandika okutambulira mu kwagala okweyongera okumanya amazima.

Mu ngeri eno, Katonda takoma kukukkiriza abo bokka abakkiriza mu Yesu Kristo okubalaba nga 'abatuukirivu'; wabula abawa n'Omwoyo Omutukuvu ng'ekirabo basobole okumanya ku bikwatagana ku kibi, obutuukirivu, n'omusango, basobole okugondera Katonda nga beeyagalidde era ne batuukiriza okwagala Kwe. N'olwekyo tetulina kukoma ku kufuna bufunyi Yesu Kristo n'okuyitibwa abatuukirivu. Kikulu nnyo okufuuka omuntu omutuukirivu nga tweggyako ebibi n'obubi okuva munda mu ffe nga tuyambibwako Omwoyo Omutukuvu.

Okumala emyaka 12 egiyise Katonda azze aganya ekkanisa yaffe okutegeka enkung'ana ezimala ssabbiiti bbiri buli mwaka ba memba b'ekkanisa bonna basobole okufuna emikisa gy'okubeera abatuukirivu okuyita mu kukkiriza. Yatukulembera okutuuka ku ssa ery'okuba nti tusobola okufuna okuddibwamu eri essaala eya buli kika gye twayimusanga Gyali. Yatuganya n'okutegeera emitendera egy'enjawulo egy'omwoyo, obulungi, ekitangaala, n'okwagala, tusobole okufuna amaanyi ga Katonda mu bulamu bwaffe. Era, nga buli mwaka oguyitawo nga bwe tusenvula mu kukkiriza eri obulongoofu n'amaanyi, Katonda yawa omukisa abantu bangi mu mawanga gonna okwerabira ku maanyi ga Katonda ago agaawandiikibwa mu Bayibuli agatakugirwa budde wadde ebbanga.

Ne tufulumya ekitabo nga mwe muli obubaka bwonna obw'okudda obuggya nga bwe bwabuulirwa buli ssabbiiti ebbiri, mu kitabo ekiyitibwa "Obulongoofu n'Amaanyi", nga mwe muli obubaka bwa Katonda obulaga ekigendererwa kya Katonda eky'ebuziba, abasomi basobole okubiyiga obulungi mu mitendera. Obubaka obwo obw'okudda obuggya mu myaka esatu egyasooka bwe bukola nga "enyanjula." Bukwata ku kutambula ng'odda mu kkubo ery'amazima n'obutuukirivu nga bwogera kukumenyaamenya ekisenge ky'ebibi wakati waffe ne Katonda. Awo, obubaka obuddako obw'emyaka ena busomesa ku kukolerera obulongoofu n'amaanyi, nga bukola nga "Empagi okwetoolooolerwa". N'ekisembayo, bwe bubaka okuva mu nkung'ana ez'emyaka etaano egyasembayo era nga bukwata ku ngeri ey'okwerabira ku maanyi ga Katonda olw'okutambulira mu Kigambo. Era nga bujja kukola nga ekitundu "Eky'okussa mu nkola" eky'ekitabo kino.

Olwaleero, eriyo abantu abatambula mu bulamu nga tebamanyi nti waliyo n'ekibi, oba obutuukirivu, wadde okumanya ku musango ne kye bikwatako. N'abo abagenda ku kkanisa tebalina bukakafu bwa bulokozi, era ne batambulira mu bulamu obw'ensi—ng'omuntu omulala yenna mu nsi. Era, tebatambulira mu bulamu bwa Kikristaayo obwo obutuukirivu okusinziira ku Katonda, wabula batambulira mu butuukirivu bo bwe balowooza nti bwe butuukirivu. Kale olw'ekibi, Olw'obutuukirivu, n'Olwomusango kye kitabo ekisooka omuli obubaka obw'omuddiring'anwa obwa obulongoofu n'amaanyi nga kyogera ku ngeri gye tuyinza okutambulira mu Bulamu obw'Ekikristaayo nga tufuna okusonyiyibwa ebibi byaffe n'okutuukiriza obutuukirivu bwa Katonda mu bulamu bwaffe.

Okukakasa okusomesebwa kuno n'obukakafu obw'amaanyi Ge, mu kitundu ekisooka eky'olunaku olusooka olw'olukung'ana lwaffe olw'okudda obuggya mu 1993, Katonda yasuubiza omukisa gw'okufuna abaana eri abafumbo abawera abaali baakamala mu bufumbo emyaka wakati w'emyaka 5-6, n'abaali bamaze emyaka 10 mu bufumbo naye nga tebalina mwana. Era olukung'ana bwe lwaggwa, kumpi abafumbo bano bonna baafuna abaana era ne babakuza.

Njagala okwebaza Geumsun Vin, Akulira Ekitongole Ekisunsuzi ne bakola n'abo bonna olw'okukola ennyo okusoboseza ekitabo kino okufulumizibwa, era nsaba mu linnya lya Mukama nti abantu bangi abasoma ekitabo kino basobole okumalawo ekizibu kyabwe eky'ebibi, bwe batyo basobole okufuna okuddibwamu eri okusaba kwabwe!

Mu Gw'okusatu 2009
Jaerock Lee

Ennyanjula

Ekitabo kino, ekiyitibwa Olw'ekibi, n'Olw'obutuukirivu, n'Olw'omusango kirina essuula ttaano ezoogera ku buli mutwe, ekibi, obutuukirivu n'omusango. Ekitabo kino kinyonyola mu bujjuvu engeri omuntu gyayinza okufunamu eky'okuddamu eri ekizibu kye kibi, engeri omuntu gyasobola okutambulira mu bulamu obw'omukisa ng'afuuka omuntu omutuukirivi, n'engeri omuntu gyasobola okwewala omusango ogujja era ne yeeyagalira mu mikisa egitaggwawo.

Essuula esooka olw'ekibi erina omutwe oguyitibwa "Obulokozi". Ennyonyola lwaki omuntu yeetaaga okulokolebwa n'amakulu amatuufu wamu n'engeri ey'okufunamu obulokozi. Essuula eddako awo, "Kitaffe, Omwana n'Omwoyo Omutukuvu", erung'amya omusomi okutegeera obulungi engeri amaanyi ga Katonda n'obuyinza Bwe, erinnya lya Yesu Kristo, n'okulung'amizibwa kw'Omwoyo Omutukuvu nga bonna bakolera wamu nga Katonda Obusatu, kale omuntu bwatyo asobola okufuna ekyokuddamu ekitegerekeka obulungi eri ekizibu kye kibi era n'atambula mu ngeri entuufu eri obulokozi.

Essuula eriko omutwe ogugamba nti "Emirimu gy'Omubiri" yeekenneenya era nennyonyola ensonga y'ekisenge ky'ekibi ekyo ekiyimirira wakati w'omuntu ne Katonda. Essuula eddako awo, eriko omutwe "N'olwekyo Bala Ekibala okubeera ng'otambulira mu Kwenenya", ennyonyola omugaso gw'okubala ekibala olw'okwekuumira mu kwenenya okusobola okutuuka ku bulokozi obutuukiridde okuyita mu Yesu Kristo.

Essuula esembayo Olw'ekibi, eriko omutwe, "Kyawa ekyo Ekibi; Onyweze Ekyo Ekirungi", esomesa omusomi okweggyako obubi kubanga tebusanyusa mu maaso ga Katonda, n'okutambulira mu bulungi, okusinziira ku Kigambo eky'amazima.

Ekiddako, mu ssuula esooka eyogera ku butuukirivu, "Obutuukirivu bwe Butwala eri Obulamu", erambulula bulungi engeri—ffenna abantu—gye tufunamu obulamu obutaggwaawo okuyita mu kikolwa kya Yesu Kristo eky'obutuukirivu. Mu ssuula eno eyitibwa, "Abatuukirivu banaatambuliranga mu Kukkiriza", ennyonyola obukulu bw'okutegeera nti obulokozi buyinza kufunibwa kuyita mu kukkiriza kwokka; era nga yensonga lwaki tulina okufuna okukkiriza okutuufu.

Essuula 8, "Eri Obugonvu bwa Kristo", ennyonyola nti omuntu alina okumenyaamenya ebirowoozo byonna eby'omubiri n'enjigiriza agondere bugondezi Kristo asobole okubeera n'okukkiriza okutuufu olwo asobole okweyagalira mu bulamu obulungi obujjudde emikisa n'ebyokuddamu eri okusaba. Essuula 9, "Oyo Katonda Gwasiima", yeekenneenya obulamu bw'abajjajja b'okukkiriza abawera, nga bw'esomesa omusomi nti omuntu alina okubaako kyakola okusobola okufuuka asiimibwa Katonda. Essuula esembayo, olw'obutuukirivu, erina omutwe "Omukisa". Eva mu kwekkenneenya obulamu bwa Ibulayimu obw'okukkiriza—taata w'okukkiriza era ensigo y'emikisa—ng'ekozesa enkola ezirabwako omukkiriza mwayinza okuyita okweyagalira mu bulamu obw'emikisa.

Mu ssuula essooka Olw'omusango, erina omutwe "Ekibi ky'Okujeemera Katonda", yeetooloolera ku ebyo ebiva mu muntu okwonoona n'awakanya Katonda. Essuula eddako, "N'awanduukulula Omuntu ku Nsi", ennyonyola omusango gwa Katonda ogwo oguddirira obubi bw'omuntu bwe busukkirira.

Essuula eri wansi w'omutwe "Towakanyanga Kwagala Kwe", ebuulira omusomi nti omusango gwa Katonda gujja singa omuntu awakanya okwagala kwa Katonda; nti era balina okutegeera nga bwe kiri eky'omukisa omunene okugondera okwagala kwa Katonda. Mu ssuula eri wansi w'omutwe "Bwatyo Bwayogera Katonda ow'eggye", omuwandiisi anyonyola mu bujjuvu engeri omuntu gyayinza okufunamu eby'okuddamu eri okusaba kwe. Era annyonyola omugaso gw'okufuuka omuntu omutuukirivu oyo atya Katonda.

Ne ssuula esembayo, "Olw'ekibi, Olw'obutuukirivu, n'olw'omusango", eggulawo engeri ey'okugonjoola ekibi; okufuuka omuntu omutuukirivu; okusisinkana Katonda omulamu; engeri ey'okwewalamu omusango ogw'enkomerero ogugenda okujja; n'Okufuna obulamu obw'emikisa egy'olubeerera.

Ekitabo kino kinyonyola engeri ffe abakkiriza Yesu Kristo era ne tufuna Omwoyo Omutukuvu bwe tusobola okufuna obulokozi n'obulamu obutaggwaawo, eby'okuddamu eri okusaba kwaffe, n'emikisa. Nsaba mu linnya lya Mukama nti okuyita mu kitabo kino, abantu bangi bajja kufuuka abatuukirivu abo aabsanyusa Katonda!

Ogw'okusatu, 2009
Geumsun Vin
Akulira Ekitongole Ekisunsuzi

Ebirimu

Obubaka bw'Omuwandiisi
Ennyanjula

Ekitundu 1 Olw'ekibi …

Essuula 1 Obulokozi · 3

Omutonzi Katonda n'omuntu
Ekisenge ky'ebibi wakati wa Katonda n'omuntu
Amakulu amatuufu ag'obulokozi
Engeri ey'okulokolebwamu
Ekigendererwa ky'obulokozi okuyita mu Yesu Kristo

Essuula 2 Kitaffe, Omwana, n'Omwoyo Omutukuvu · 13

Katonda Kitaffe y'ani?
Katonda Kitaffe: Omukulu asingayo mu kuteekateeka omuntu
Omwana, Yesu Kristo y'ani?
Yesu Kristo Omulokozi
Omwoyo Omutukuvu, Omuyambi, y'ani?
Omulimu gw'Omwoyo Omutukuvu, Omuyambi
Katonda Obusatu atuukiriza ekigendererwa ky'obulokozi

Essuula 3 Emirimu gy'Omubiri · 27

Ebintu eby'omubiri n'emirimu gy'omubiri
Emirimu gy'omubiri egiremesa omuntu okusikira obwakaba bwa Katonda
Emirimu gy'omubiri egy'olwatu

Essuula 4 "N'olwekyo Bala Ebibala
Ebisaanidde mu Kwenenya" · 47

Mmwe abaana b'emisota
Bala ebibala ebisaanidde mu kwenenya
Temulowooza kwogera mu mitima nti, "Tulina Ibulayimu ye jjajjaffe"
"Buli muti ogutabala bibala birungi, gunaatemebwa, gunaasuulibwa mu muliro"
Ekibala mu kwekuumira mu kwenenya
Abantu abaabala ebibala olw'okwekuumira mu kwenenya

Essuula 5 "Mukyawenga Obubi;
Mwegattenga n'Obulungi." · 63

Engeri obubi gye buvaayo ng'ekibi
Okweggyako obubi okusobola okufuuka omuntu ow'obulungi
Omulembe omubi era omwenzi oguyaayaanira akabonero
Ebika by'obubi bye tulina okukyawa

Amakulu g'ebigambo 1

Ekitundu 2 Olw'obutuukirivu...

Essuula 6 Obutuukirivu Obuweesa Obulamu · 83

Obutuukirivu mu maaso ga Katonda
Ekikolwa ekimu eky'obutuukirivu ekirokola abantu bonna
Entandikwa y'obutuukirivu kwe kukkiririza mu Katonda
Obutuukirivu bwa Yesu Kristo bwe tulina okulabirako
Engeri ey'okufuukamu omuntu omutuukirivu
Emikisa gy'abatuukirivu

Essuula 7 Omutuukirivu Anaabanga Mulamu lwa Kukkiriza · 97

Okusobola okufuuka omuntu omutuukirivu ddala
Lwaki twetaaga okufuuka abatuukirivu?
Omutuukirivu Anaabanga Mulamu lwa Kukkiriza
Engeri ey'okufunamu okukkiriza okw'omwoyo
Engeri ez'okutambulira mu kukkiriza

Essuula 8 Okuwulira Kristo · 109

Ebirowoozo eby'omubiri ebyo ebiwakanya Katonda
"Obutuukirivu obwemanye"—kye kimu ku birowoozo eby'omubiri ebisookerwako
Omutume Pawulo yamenyaamenya ebirowoozo bye eby'omubiri
Obutuukirivu obuva eri Katonda
Sawulo yajeemera Katonda n'ebirowoozo eby'omubiri
Engeri ey'okutuukirizaamu obutuukirivu bwa Katonda okuyita mu kukkiriza

Essuula 9 Oyo Mukama Gw'atendereza · 123

Oyo Mukama waffe gw'atendereza
Okutenderezebwa Katonda
Kkomerera okwegomba n'okuyaayaana kwo ku musalaba
Ba jjajja b'okukkiriza abaali abatuukirivu mu maaso ga Katonda

Essuula 10 Omukisa · 137

Ibulayimu, Taata w'okukkiriza
Katonda okukkiriza akulaba ng'obutuukirivu era bwatyo n'agaba emikisa Gye
Katonda akola ebibya ebituukiridde okuyita mu kugezesebwa
Katonda ateekawo obuddukiro ne wakati mu kugezesebwa
Katonda awa omukisa ne wakati mu bigezo
Embala y'ekibya kya Ibulayimu

Amakulu g'ebigambo 2, 3

Ekitundu 3 Olw'omusango...

Essuula 11 Ekibi Eky'okujeemera Katonda · 155

Adamu, omuntu eyatondebwa mu kifaananyi kya Katonda
Adamu alya ekibala ekyamugaanibwa
Ebyo ebyava mu kibi kya Adamu eky'okujeemera Katonda
Ensonga lwaki Katonda yateekawo omuti ogw'okumanya obulungi n'obubi
Engeri ey'okuwonamu ekikolimo ekyaleetebwa ekibi
Ebyo ebyava mu kibi kya Sawulo eky'okujeemera Katonda
Ebyo ebyava mu kibi kya Kayini eky'okujeemera Katonda

Essuula 12 "Ndisangula Omuntu gwe Nnatonda Okuva mu nsi" · 167

*Enjawulo eriwo wakati w'omuntu omubi n'omuntu omulungi
*Lwaki omusango gwa Katonda gujja
*Kubanga obubi bw'omuntu bwali bussusse
*Kubanga ebirowoozo by'omutima gwe bubi bwereere
*Na buli kufumiitiriza kw'omutima kwonna kubi kwereere
Okwewala omusango gwa Katonda

Essuula 13 Towakanya Kwagala Kwe · 179

Omusango gujja bwe tuwakanya okwagala kwa Katonda
Abantu abaawakanya okwagala kwa Katonda

Essuula 14 "Bwatyo bw'ayogera MUKAMA Ow'eggye…" · 193

Katonda alekawo ab'amalala
Amalala ga kabaka Keezeekiya
Amalala g'abakkiriza
Amalala g'abannabbi ab'obulimba
Omusango ogw'abantu abatambulira mu malala n'obubi
Emikisa gy'abatuukirivu abatya Katonda

Essuula 15 Olw'ekibi, Olw'obutuukirivu, n'Olw'omusango · 203

Olw'ekibi
Lwaki asala omusango olw'ekibi
Olw'obutuukirivu
Lwaki asala omusango olw'obutuukirivu
Olw'omusango
Omwoyo Omutukuvu alumiriza ensi
Mweggyeeko ekibi era mutambulire mu bulamu obw'obutuukirivu

Amakulu g'ebigambo 4

Olw'ekibi

"... olw'ekibi, kubanga tebanzikiriza Nze;"
(Yokaana 16:9)

"Bw'onookolanga obulungi, tokkirizibwenga? bw'otokola bulungi, ekibi kituula ku luggi, n'okwegomba kwe kunaabanga eri ggwe, naawe onoomufuganga." (Olubereberye 4:7)

"'Kyokka kkiriza obutali butuukirivu bwo, nga wasobya MUKAMA Katonda wo, n'osaasaanyiza amakubo go abagenyi wansi wa buli muti omubisi, so temwagondera ddoboozi Lyange,' bw'ayogera MUKAMA." (Yeremiya 3:13)

"Mazima mbagamba nti, abaana b'abantu balisonyiyibwa ebibi byabwe byonna, n'obuvvoozi bwabwe bwe balivvoola bwonna; naye oyo yenna anavvoolanga Omwoyo Omutukuvu talina kusonyiyibwa emirembe n'emirembe, naye azzizza omusango ogw'ekibi eky'emirembe n'emirembe." (Makko 3:28-29)

"'Naye mutegeere nga Omwana w'Omuntu alina obuyinza ku nsi okuggyako ebibi,' n'agamba oyo eyali akoozimbye, 'Nkugamba nti Yimuka, ositule ekitanda kyo, oddeyo mu nnyumba yo.'" (Lukka 5:24)

"Oluvannyuma lw'ebyo Yesu n'amulaba mu yeekaalu, n'amugamba nti, 'Laba, oli mulamu. Toyonoonanga nate, ekigambo ekisinga obubi kireme okukubaako.'" (Yokaana 5:14)

"Temumanyi nga gwe mwewa okuba abaddu b'okuwulira, muli baddu b'oyo gwe muwulira, oba ab'ekibi okuleeta okufa, oba ab'okuwulira okuleeta obutuukirivu?" (Abaruumi 6:16)

"Baana bange abato, mbawandiikidde ebyo mulemenga okukola ekibi. Era omuntu yenna bw'akola ekibi, tulina Omuwolereza eri Kitaffe, Yesu Kristo omutuukirivu, n'oyo gwe mutango olw'ebibi byaffe, so si lwa bibi byaffe fekka, era naye n'olw'ensi zonna." (1 Yokaana 2:1-2)

∽ Essuula 1 ∽

Obulokozi

"So tewali mu mulala bulokozi, kubanga tewali na linnya ddala wansi w'eggulu eryaweebwa abantu eritugwanira okutulokola."
(Ebikolwa 4:12)

Mu nsi eno, okusinziira ku buwangwa ne ddiini, abantu basinza buli kika kya katonda; waliwo ne katonda ayitibwa 'katonda atategeerwa' (Ebikolwa 17:23). Olwaleero, waliwo eddiini eyitibwa 'Ediini Empya', eddiini egiddwa mu kintabuli ky'amadiini, era nga abantu bagyeyunidde nnyo, era abantu bakkiririza mu 'madiini amangi', olw'endowooza eriwo nti waliwo obulokozi mu buli ddiini. Wabula, Bayibuli etugamba nti Omutonzi Katonda ye Katonda yekka, nti era Yesu Kristo ye mulokozi yekka (Ekyamateeka olw'okubiri 4:39; Yokaana 14:6; Ebikolwa 4:12).

Omutonzi Katonda n'omuntu

Ddala Katonda gyali. Nga bwe tuliwo kubanga bazadde baffe baatuzaala, abantu we bali ku nsi kuno kubanga Katonda yatutonda. Bwe tutunuulira akasaawa akatono, tulaba obutundu bwako obutono nga bukolera wamu mu ngeri ey'ekikugu okutegeeza ssaawa mmeka. Naye teri muntu ajja kutunuulira ssaawa eyo n'agamba erabika yeekola yokka. Olaba n'essaawa entono bwetyo w'eri ku nsi kubanga eriyo eyagikola. Olwo ate ensi ennamba? Bw'ogigeraageranya ku ka ssaawa, ensi eri ku ddaala ddala era nnene nnyo era ebirowoozo by'omuntu tebiyinza kugirowoozaako n'ebigimalayo okutegeera ebyama byayo byonna oba okumanya obuziba bwayo. Olaba entambula y'enjuba, nga katundu katono nnyo ak'ensi, ekola bulungi nnyo awatali nsobi yonna, kale kiba kizibu obutakkiririza mu butonzi bwa Katonda.

N'omubiri gw'omuntu bwe gutyo. Ebitundu byagwo byonna, obutafaali bw'omubiri, n'ebintu ebirala byonna bitegekeddwa mu ngeri etuukiridde obulungi era bikolera wamu mu ngeri ey'ekikugu era enkola gye bikolamu ddala kyewuunyo kye nnyini. So nga, ebintu byonna omuntu bye yakazuula ku bitundu by'omuntu, katundu butundu kw'ebyo ebitannazuulibwa. Kale tuyinza tutya okwogera ekintu nga ekikula ky'omuntu kyabaawo bubeezi?

Kankozese eky'okulabirako ekyangu ennyo buli omu kyajja okukkiririzaamu amangu. Mu maaso g'omuntu, mulimu amaaso abiri, ennyindo emu, nga kuliko obutuli bubiri, omumwa gumu, n'amatu abiri. Byakolebwa mu ngeri nti amaaso ge gasooka waggulu, ennyindo y'eri wakati, omumwa guli wansi w'ennyindo, so ng'amatu buli kumu kuli ku ludda olumu olw'omu maaso. Kino kye kimu wonna, ku muddugavu oba omuzungu. Kino tekituukira ku bantu bokka. Wabula kituukira ne ku nsolo nga empologoma, engo, enjovu, embwa, n'endala nnyingi., era bwe kityo bwe kiri ne ku binyonyi nga kamunye n'amayuba, n'ebyennyanja.

Ddala singa enjigiriza ya Darwin ntuufu nti, ensolo, ebinyonyi, n'abantu baali kirala ne bafuukamu ekirala bwe waayitawo emyaka mingi nnyo buli kimu okusinziira mu kifo mwe kiri. Olwo lwaki endabika n'enkula y'omu maaso bifaanagana? Buno bwe bukakafu obussukulumu nti ddala oyo Katonda omu yekka yeeyatutonda fenna. Olw'okuba nti twatondebwa mu kifaananyi kye kimu kitulaga nti abatonzi tebayinza kubeera bangi wabula ali Omutonzi omu.

Mu kusooka nali omuntu atakkiririza mu Katonda. Nga mpulira abantu bagamba nti bw'ogenda mu kkanisa osobola okufuna obulokozi. Naye nga ebiseera ebyo nali simanyi na kigambo bulokozi kye ki, oba engeri y'okubufunamu. Naye olunaku lumu, olubuto lwange ne lulekerawo okukola olw'okunywa ennyo, era ekyaddako kwe kubeera ku ndiri okumala emyaka musanvu, nga ndi mulwadde. Nga buli kiro, maama wange ateeka amazzi mu bbakkuli, n'agatunulamu nga bwagasse engalo ze wamu okusaba katonda w'omu mazzi, ng'ansabira mpone. Yawaayo n'esente nnyingi nnyo mu ba budda nsobole okuwona, naye ng'obulwadde bwange bweyongera bweyongezi, ssaawonyezebwa mazzi ago wadde aba Budda. Wabula yali Katonda. Maama wange bwe yawulira nti mponye oluvannyuma lw'okugenda mu kkanisa, n'asuula eri buli katonda we n'agenda mu kkanisa. Kino kyali bwe kityo lwakuba yakizuula nti Katonda Omu oyo ye Katonda yekka.

Ekisenge ky'ebibi wakati wa Katonda n'omuntu

Kyokka wadde waliwo obukakafu obwenkanidde awo nti Katonda ye Mutonzi, eyatonda eggulu n'ensi, era nti Gyali, lwaki ddala abantu tebamukkiririzaamu oba okumusisinkana? Kino kiri bwe kityo lwakuba waliwo ekisenge ky'ebibi ekizibye enkolagana wakati wa Katonda n'omuntu. Kubanga Katonda omutonzi mutuukirivu, era talina kibi kyonna mu Ye, bwe tubeera n'ebibi, tetusobola kuwuliziganya Naye.

Olw'olumu eriyo abantu abalowooza nti, "nze sirina kibi." Nga bwe tutasobola kulaba bbala ligudde mu ssaati yaffe bwe tubeera mu kisenge ekirimu enzikiza, bwe tubeera nga tuyimiridde wakati mu kizikiza nga ge gatali mazima, tetusobola kulaba bibi byaffe. Kale bwe tugamba nti tukkiririza mu Katonda so ng'amaaso gaffe gakyali maggale, olwo nno tetusobola kuzuula bibi byaffe. Tubeera tugenda bugenzi ku kkanisa n'okudda, nga tekiriimu makulu. Kiki ekivaamu? Tugenda mu kkanisa okumala emyaka 10, oba 20 nga tetusisinkanangako Katonda wadde okufuna okuddibwamu kwonna eri okusaba kwaffe.

   Katonda ajjudde okwagala ayagala okutusisinkana, okwogera gye tuli, n'okuddamu okusaba kwaffe. Eno yensonga lwaki Katonda afuba okusaba buli ssekinoomu ku ffe nti, "Mbeegayiridde mumenyeemenye ekisenge ky'ebibi wakati wammwe Nange tusobola okugabana emboozi ez'okwagala wakati waffe. Mbeegayiridde munkolere ekkubo mbaggyeko obulumi n'okubonaabona bye muli mu kuyitamu essaawa eno."

   Katugambe nti omwana omuto agezaako okuteeka wuzzi mu mpiso. Guno omulimu gubeera muzibu nnyo eri omwana omuto. Kyokka kibeera kyangu eri omuzadde w'omwana oyo. Kyokka omuzadde ne bwayagala nnyo okuyamba omwana oyo, bwe wabeerawo ekisenge ekinene ekiyimiridde wakati waabwe, omuzadde tasobola kuyamba mwana we. Mu ngeri y'emu, ekisenge ekinene bwe kibeera nga kiyimiridde wakati waffe ne

Katonda, tetusobola kufuna kuddibwamu kwonna eri okusaba kwaffe. Kale ekintu ekisinga obukulu era ekisookerwako, tulina okugonjoola ekizibu kino eky'ekibi, olwo nno tunaafuna eky'okuddamu eri ensonga enkulu ennyo ey'obulokozi.

Amakulu amatuufu ag'obulokozi

Mu kitundu kyaffe, ekigambo 'obulokozi' kikozesebwa mu ngeri nnyingi. Bwe tuyamba omuntu abadde abbira n'atabbira oba ne tuyamba omuntu bizinensi ye eyabadde egaanyi n'etereera oba okuyamba omuntu abadde n'obuzibu obw'amaanyi awaka we n'abuvvuunuuka, olumu twogera nti 'twabalokodde'.
Naye nga okusinziira ku Bayibuli 'okulokolebwa' kye ki? Okusinziira ku Bayibuli, kwe kuggya omuntu mu kibi. Kwe kugamba, kwe kubaleeta mu kifo Katonda wayagala babeere, nga awo basobola okufunirawo eky'okuddamu eri ekizibu ky'ebibi basobole okweyagalira mu bulamu obutaggwaawo mu Ggulu. Kale okukyogera mu ngeri ennyangu ey'omwoyo, omulyango eri obulokozi ye Yesu Kristo, era ennyumba y'obulokozi lye Ggulu, oba obwakabaka bwa Katonda.

Mu Yokaana 14:6, Yesu agamba, "Nze kkubo, n'amazima n'obulamu; tewali ajja eri Kitange wabula ng'ayita mu Nze." N'olwekyo obulokozi kwe kugenda mu Ggulu okuyita mu Yesu Kristo.

Abantu bangi babuulira enjiri era ne bassa essira ku bukulu bw'okulokoka. Naye nga ddala lwaki twetaaga okulokolebwa? Kiri bwe kityo lwakuba emyoyo gyaffe tegifa. Abantu bwe bafa, emmeeme yaabwe n'omwoyo byawukana ku mubiri, era abo abaalokolebwa bagenda mu ggulu, ate abataalokolebwa ne bagenda mu Ggeyeena. Eggulu bwe bwakabaka bwa Katonda ng'eyo y'eri essanyu ery'olubeerera, so nga Ggeyeena kye kifo eky'obulumi obw'olubeerera n'okubonaabona, eriyo ennyanja eyaka n'omuliro n'ekibiriiti (Okubikkulirwa 21:8).

Olw'okuba Eggulu ne Ggeyeena ddala bifo ebiriyo, eriyo abantu abaali balabye ku Ggulu ne Ggeyeena okuyita mu kwolesebwa, era eriyo abantu bangi ng'emyoyo gyabwe ddala gyatuukako mu bifo ebyo. Omuntu bw'aba alowooza nti ddala abantu bano bonna balimba, ddala eyo ebeera mputu. Engeri Bayibuli gye nnyonyola obulungi ku Ggulu ne Ggeyeena, twetaaga okukikkiriza. Bayibuli, ekitali ku kitabo kirala kyonna, erimu obubaka obw'obulokozi—ebigambo bya Katonda Omutonzi.

Bayibuli eyogera ku ngeri omuntu gye yatondebwa, ne Katonda byazze akola okutuusa leero. Era ennyonyola bulungi engeri omuntu gye yayonoona, n'ayonooneka era n'afuuka ow'okugenda eri okufa okw'olubeerera, n'engeri Katonda gye yamulokolamu. Ewandiika kwebyo ebyaliwo edda, ebiriwo kati, n'ebinnaabaawo, n'omusango gwa Katonda ogujja okusalibwa ku nkomerero y'ebiro.

Kituufu, kikulu nnyo okutambulira mu mirembe awatali buzibu bwonna mu nsi eno. Wabula, bwe tugeraageranya n'Eggulu, obulamu bwe tutambuliramu mu nsi eno bumpi ddala, ate bwakaseera. Emyaka ekkumi giwulikika ng'emingi, naye bwe tutunulamu, libeera nga jjo wano. N'ebiseera ebirala byonna ku nsi bye bimu. Wadde omuntu asobola okubeerawo ng'akola nnyo asobole okuweza ebintu ebingi, byonna bijja kuggwaawo obulamu bw'oku nsi kuno bwe buliba buweddewo. Olwo karungi ki akabirimu?

Ne bwe tufuna ebintu eby'enkana ki obungi, tutusobola kugenda nabyo eri ensi ey'olubeerera. Era ne bwe tufuna amaanyi n'etutumu ebingi, bwe tufa, ebyo byonna bijja kumala biggweewo era byerabirwe.

Engeri ey'okulokolebwamu

Ebikolwa 4:12 wagamba, "So tewali mu mulala bulokozi, kubanga tewali na linnya ddala wansi w'eggulu eryaweebwa abantu eritugwanira okutulokola." Bayibuli etugamba nti Yesu Kristo ye Mulokozi yekka asobola okutulokola. Olwo lwaki obulokozi busoboka mu linnya lya Yesu Kristo yekka? Kino kiri bwe kityo lwakuba ekizibu ky'ebibi kirina okugonjoolebwa. Okusobola okutegeera kino obulungi, katuddeyo emabega mu kiseera kya Adamu ne Kaawa, ensibuko y'omuntu.

Oluvannyuma lw'okutonda Adamu ne Kaawa, Katonda n'awa Adamu amaanyi n'ekitiibwa okufuga ebitonde byonna. Era okumala ebbanga ddene, baabeerawo na buli kimu kye beetaaga mu Lusuku Adeni okutuuka olunaku olumu bwe baagwa mu katego ka setaani ne balya ekibala eky'okumanya obulungi n'obubi. Bwe baamala okujeemera Katonda olw'okulya ekibala Katonda kye yabagaana okulya, ekibi ne kibayingira (Olubereberye 3:1-6).

Abaruumi 5:12 wagamba, "olw'ebyo, nga ku bw'omuntu omu ekibi bwe kyayingira mu nsi, okufa ne kuyingira olw'ekibi, bwe kityo okufa ne kubuna ku bantu bonna, kubanga bonna baayonoona." Ku lwa Adamu, ekibi kyayingira mu nsi eno era abantu bonna ne bafuuka b'onoonyi. Era ekyava mw'ekyo, okufa kwayingira mu bantu bonna.

Katonda teyamala galokola bantu mu kibi awatali kakwakkulizo konna. Abaruumi 5:18-19 wagamba, "Kale bwe kityo ng'olw'okwonoona kw'omu omusango bwe gwasinga abantu bonna, bwe kityo n'olw'obutuukirivu bw'omu ekirabo kyali ku bantu bonna okuweesa obutuukirivu bw'obulamu. Kuba ng'olw'obutawulira bw'omuntu omu oli abangi bwe baafuuka ababi, bwe kityo n'olw'okuwulira kw'oyo omu abangi balifuuka abatuukirivu."

Kino kitegeeza nti nga abantu bonna bwe baafuuka ab'onoonyi olw'ekibi ky'omuntu omu, Adamu, okuyita mu kuwulira kw'omuntu omu, abantu bonna basobola okulokolebwa. Wadde Katonda yakulira ebitonde byonna, naye aganya ebintu okutambulira mu mateeka era mu nkola ennungi (1 Abakkolinso 14:40); n'olwekyo bwatyo Yategeka omuntu omu eyalina ebisaanyizo eby'okufuuka Omulokozi—era ng'oyo ye yali Yesu Kristo.

Ekigendererwa ky'obulokozi okuyita mu Yesu Kristo

Mu mateeka ag'omwoyo, mulimu etteeka erigamba nti, "empeera y'ekibi kwe kufa" (Abaruumi 6:23). So nga ku ludda olulala, eriyo etteeka erinunula omuntu mu kibi. Etteeka erikwatagana obutereevu n'etteeka lino ery'omwoyo lye tteeka ery'okununula ettaka mu Isiraeri. Etteeka lino liganya omuntu okutunda ettaka lye, naye si mu ngeri ya lubeerera. Omuntu bw'aba yatunda ettaka lye olw'obuzibu mu by'ensimbi, ekiseera kyonna, omu ku b'oluganda lwe omugagga asobola okulimugulira n'alimuddiza. Era bw'aba talina muntu we mugagga asobola okukimukolera, asobola okulyegulira n'alyeddiza bwaddamu okufuna obugagga bwe (Ebyabaleevi 25:23-25).

Okununulwa mu kibi nakwo kukola mu ngeri y'emu. Singa omuntu alina ebisaanyizo okununula muganda we mu kibi, asobola. Naye oyo avuddeyo okukikola, omuntu oyo abeera alina okusasulira omuwendo gw'ekibi.

Naye nga bwe kyawandiikibwa mu 1 Abakkolinso 15:21, "Kubanga okufa bwe kwabaawo ku bw'omuntu, era n'okuzuukira kw'abafu kwabaawo ku bwa muntu," Omuntu eyali ow'okutununula mu bibi yali alina kubeera muntu. Eno yensonga lwaki Yesu yajja mu nsi eno mu mubiri—mu kikula eky'omuntu eyafuuka omwonoonyi.

Omuntu alina ebbanja abeera talina busobozi okusasulira omulala ebbanja. Mu ngeri y'emu, omuntu alina ekibi tasobola kununula bantu mu kibi. Omuntu, bazadde be tabafaananako nkula na nneeyisa byokka, wabula n'embala yaabwe ey'ekibi. Bwe tutunuulira omwana omuto, ne wabaawo omwana omuto atuula ku mubiri gwa nnyina, omwana kino kimutabula era n'agezaako okusindika omwana oli omulala okuva ku mubiri gwa nnyina. Wadde tewali yali amusomesezza kukola ekyo, obuggya n'ensaalwa biva mu ye. Abaana abamu, bwe balumwa enjala era ne bataweebwa kyakulya mu ssaawa eyo yennyini, bakaaba ne beesaasaabaga. Kino kibaawo olw'embala ey'obusungu gye baggya ku bazadde baabwe. Ebika bino eby'embala ey'ekibi abantu gye basikira okuva ku bazadde baabwe okuyita mu maanyi ag'obulamu eyitibwa 'ekibi ekisikire'. Ezzadde lya Adamu lyonna bazaalibwa n'ekibi ekisikire; n'olwekyo tewali n'omu ku bo asobola kununula mulala mu kibi.

Kyokka, Ye Yesu yafunibwa n'amaanyi ag'Omwoyo Omutukuvu, kale bwatyo teyasikira kibi kisikire okuva ku muzadde yenna. Era bwe yali akula, Yagondera amateeka gonna; n'olwekyo tayakola kika kya kibi kyonna. Mu nsi ey'omwoyo, okubeera nga tolina kibi mu ngeri eno ge maanyi.

Wadde Yesu yafuna ekibonerezo eky'okukomererwa, yali amwenya kubanga Yalina ekika ky'okwagala ekyali tekibalirira na bulamu bwe Ye okusobola okununula omuntu mu bibi.

Okusobola okununula omuntu mu kikolimo ky'amateeka, Yafiira ku muti (Abaggalatiya 3:13) era n'ayiwa omusaayi Gwe ogw'omuwendo omungi era ogutaalina kibi kyonna, si kisikire wadde kye yeekolera. Yasasulira ebibi by'abantu bonna.

    Okusobola okulokola ab'onoonyi, Katonda teyeerekereza bulamu bw'Omwana we Omu yekka, Yamuganya okufiira ku musalaba. Guno gwe mukwano gwe yatulaga. Era Yesu n'akakasa okwagala Kwe gye tuli bwe yakkiriza okuwaayo obulamu Bwe Ye okusobola okufuuka ssaddaaka ey'emirembe wakati waffe ne Katonda. Ng'ogyeeko Yesu, tewali mulala yenna alina kwagala kwa kika ekyo, oba amaanyi okutununula mu kibi. Zino ze nsonga lwaki obulokozi tulina kubufuna okuyita mu Yesu Kristo yekka.

Essuula 2

Kitaffe, Omwana, n'Omwoyo Omutukuvu

"Naye Omubeezi, Omwoyo Omutukuvu, Kitange gw'alituma mu linnya Lyange, Oyo alibayigiriza byonna, alibajjukiza byonna bye nnabagamba."
(Yokaana 14:26)

Bwotunula mu Lubereberye 1:26, wagamba, "Katonda n'ayogera nti, 'Tukole omuntu mu ngeri yaffe...'" Wano, 'Yaffe' kitegeeza Katonda Obusatu—Kitaffe, Omwana, n'Omwoyo Omutukuvu. Kyokka buli omu ku Kitaffe, Omwana, n'Omwoyo Omutukuvu yalina obuvunaanyizibwa bwa njawulo mu kukola omuntu n'okutuukiriza ekigendererwa ky'obulokozi, era olw'okuba abasatu bano ensibuko yaabwe y'emu kye bava bayitibwa Katonda Obusatu.

Eno endowooza nkulu nnyo mu kukkiriza kw'Ekikristaayo, era olw'okuba bwe bubaka obw'ekyama ku nsibuko y'Omutonzi, kizibu okugitegeera obulungi n'okumanya kw'omuntu okuliko ekkomo. Wabula wadde guli gutyo, okusobola okumalawo ekizibu ky'ekibi n'okufuna obulokozi obutuukiridde, twetaaga okubeera n'okumanya okutuufu ku Katonda Obusatu, Katonda Kitaffe, Katonda Omwana, ne Katonda Omwoyo Omutukuvu. Okujjako nga tulina okutegeera kuno, lwe tusobola okweyagalira mu bujjuvu mu mikisa n'obuyinza obw'okubeera abaana ba Katonda.

Katonda Kitaffe y'ani?

Okusinga ekintu ekirala kyonna, Katonda ye Mutonzi w'ensi n'eggulu. Olubereberye essuula 1 eraga engeri Katonda gye yatondamu ensi n'eggulu. Nga tewali kyaliwo, Katonda yatonda eggulu n'ensi mu nnaku mukaaga n'ekigambo Kye. Kati ku lunaku olw'omukaaga, Katonda n'atonda Adamu, taata w'abantu bonna. Ng'otunuulira ku ngeri n'emitendera ebintu byonna gye byatondebwamu, tusobola okukimanya nti Katonda mulamu, nti era eriyo Katonda Omutonzi omu.

Katonda ye nnyini sayansi. Katonda atuukiridde era amanyi buli kimu. N'olwekyo, Atusobozesa okutegeera kw'ebyo ebinaabaawo okuyita mu bunnabbi okuyita mw'abo abantu abalina okusseekimu Naye (Amosi 3:7). Katonda yasinga amaanyi era asobola okukola ekintu kyonna. Yensonga lwaki Bayibuli ewandiika ku byewuunyisa ebitabalika ebitasobola kutuukirizibwa n'amaanyi ga bantu wadde obusobozi.

Era, Katonda Yeemalirira. Mu Kuva essuula 3 tulaba Katonda ng'alabikira Musa. Mu kisaka ekyali kyaka omuliro, Katonda n'amuyita okubeera omukulembeza anaggya abantu be mu Misiri. Mu kiseera kino, Yabuulira Musa nti, "NINGA BWE NDI." Yali annyonyola emu ku mbala Ze, nti asobola okubeerawo ku bubwe nga Yeemalirira. Kino kitegeeza nti tewali n'omu yatonda wadde okuzaala Katonda. Yabeerangawo ku lulwe nga n'ebiro tebinnabaawo.

Katonda era Ye muwandiisi wa Bayibuli. Naye, olw'okuba Katonda Omutonzi assukuluma nnyo nnyini ddala ku muntu, kizibu okunnyonyola mu bujjuvu okubeerawo Kwe mu kutegeera kw'omuntu. Kino kiri bwe kityo kubanga Katonda taggwayo; n'olwekyo, n'okumanya okutono, omuntu tasobola kumanya mu bujjuvu buli kimu ekimukwatako.

Mu Bayibuli, tusobola okulaba nti Katonda Kitaffe ayitibwa mu ngeri zanjawulo, okusinziira ku mbeera. Mu Kuva 6:3 wagamba, "N'alabikira Ibulayimu, ne Isaaka, ne Yakobo, nga Katonda Omuyinza w'ebintu byonna, naye mu linnya Lyange, YAKUWA, saamanyibwa nabo." Ne mu Kuva 15:3, kyawandiikibwa nti, "MUKAMA Ye muzira okulwana; MUKAMA lye linnya Lye." Erinnya 'MUKAMA' teritegeeza 'oyo eyeemalirira' kyokka, wabula litegeeza nti ye Katonda Omu yekka afuga amawanga gonna ag'omu nsi, ne byonna ebirimu.

Ekigambo 'Katonda' kikozesebwa okutegeeza nti Abeera na buli ggwanga, nsi, na buli muntu; n'olwekyo erinnya lino likozesebwa okulaga obuntu mu Katonda. So nga erinnya 'MUKAMA' lisingako obunene, litegeeza embala ey'obwakatonda, 'Katonda' akozesebwa okulaga obuntu bwa Katonda oyo alina okusseekimu n'enkolagana ey'omwoyo na buli muntu ssekinnoomu. "Katonda wa Ibulayimu, Katonda wa Isaaka, ne Katonda wa Yakobo" kye kimu ku by'okulabirako.

Olwo lwaki tuyita Katonda ono nti 'Katonda Kitaffe'? Kino kiri bwe kityo lwakuba Katonda Takoma ku kya kubeera mufuzi w'ensi yonna era nga Ye mulamuzi asingayo; wabula ekisinga obukulu, ye Mukulu asingayo bwe kituuka ku kuteekateeka n'okussa mu nkola okuteekebwateekebwa kw'omuntu. Bwe tukkiririza mu Katonda ono, tusobola okumuyita 'Kitaffe', olwo nno ne twerabira ku maanyi ageewuunyisa wamu n'emikisa egy'okubeera abaana Be.

Katonda Kitaffe: Omukulu asingayo mu kuteekateeka omuntu

Katonda Omutonzi yatandika omulimu ogw'okuteekateeka omuntu okusobola okufuna abaana abatuufu abo baasobola okugabana n'abo okwagala okwannama ddala, n'enkolagana ennungi. Engeri gye waliwo entandikwa n'enkomerero y'ebintu ebitonde byonna, era eriyo entandikwa n'enkomerero y'obulamu obw'oku nsi eri omuntu.

Okubikkulirwa 20:11-15 wagamba, "Ne ndaba entebe ey'obwakabaka ennene enjeru, n'oyo eyali agituddeko, eggulu n'ensi ne bidduka mu maaso Ge, era tebyazuulibwa na kifo. Ne ndaba abafu, abakulu n'abato, nga bayimiridde mu maaso g'entebe, ebitabo ne bibikkulwa; n'ekitabo ekirala ne kibikkulwa, kye ky'obulamu. Abafu ne basalirwa omusango mu ebyo ebyawandiikibwa mu bitabo, ng'ebikolwa byabwe bwe byali. N'ennyanja n'ereeta abafu abalimu, n'okufa n'Amagombe ne bireeta abafu abalimu, ne basalirwa omusango buli muntu ng'ebikolwa byabwe bwe byali. N'okufa n'Amagombe ne bisuulibwa mu nnyanja ey'omuliro, eyo kwe kufa okw'okubiri, ennyanja ey'omuliro. Era omuntu yenna ataalabika ng'awandiikiddwa mu kitabo eky'obulamu, n'asuulibwa mu nnyanja ey'omuliro."

Ekyawandiikibwa ekyo kye kinyonyola Namulondo Ennene Enjeru ey'okusalirako omusango. Ng'okuteekebwateekebwa kw'omuntu kukomye wano ku nsi, Mukama ajja kudda mu bbanga okutwala abakkiriza bonna. Kati, abo abakkiriza abanaaba bakyali abalamu bajja kuyimusibwa mu Bbanga, nga y'ejja okubeera Embaga Ey'emyaka Omusanvu. Ng'eno embaga egenda mu maaso mu Bbanga, ejja kubaayo emyaka musanvu egy'okubonaabona wano ku Nsi. Oluvannyuma lw'ekyo, Mukama ajja kudda ku Nsi afuge okumala ekyasa kiramba. Era oluvannyuma lw'ekyasa, wajja kuddawo Omusango Ogw'oku Namulondo Ennene Enjeru. Ku luno, abaana ba Katonda, nga amannya gaabwe gaawandiikibwa mu kitabo eky'obulamu, bajja kugenda mu Ggulu, ate abo ng'amannya gaabwe tegaawandiikibwa mu kitabo eky'obulamu bajja kusalirwa omusango okusinziira ku bikolwa byabwe balyoke bagende mu Ggeyeena.

Bwe tutunuulira Bayibuli, tusobola okukiraba nti okuva mu kiseera Katonda lwe yatonda omuntu okutuuka leero, Katonda akyatwagala kye kimu. Adamu ne Kaawe ne bwe baali b'onoonye era ne bagobebwa mu Lusuku Adeni, Katonda yatuganya okumanya okwagala Kwe, ekigendererwa Kye, n'ebintu ebinaabaawo okuyita mu bantu abatuukirivu nga Nuuwa, Ibulayimu, Musa, Dawudi, ne Danyeri. N'olwaleero, amaanyi ga Katonda n'okubeerawo Kwe bikyalabikira ddala mu bulamu bwaffe. Akola okuyita mu bantu abo abamukkiriza, era abamwagala.

Bwe tutunuulira Endagaano Enkadde, tusobola okukiraba nti olw'okuba Katonda atwagala, Atusomesa engeri gye tuyinza okwewala okugwa mu kibi n'engeri ey'okutambulira mu butuukirivu. Atusomesa ekibi kye ki, n'obutuukirivu tusobole okwewala omusango. Era Atusomesa nti bwe tumusinza, tulina okwawulako Ssadaaka Ze mu ngeri ey'enjawulo okusobola obuteerabira Katonda omulamu. Tusobola okukiraba nti y'awa omukisa abo abaamukkiririzaamu, ate abo abaayonoona, Yabawa omukisa okubeera nga bakyuka okuva mu bibi byabwe—okuyita mu bibonerezo oba mu ngeri endala. Era Yakozesanga bannabbi

Be okutegeeza okwagala Kwe, n'okutusomesa okutambulira mu mazima. Kyokka wadde guli gutyo, abantu era tebaagonda, beeyongera kukola bibi. Okusobola okumalawo ekizibu kino, Yatuma Omulokozi, Yesu Kristo, gwe yali yategeka nga n'ebiro tebinnabaawo. Era Oyo ye yaggulawo ekkubo ery'obulokozi abantu bonna basobola okulokolebwa okuyita mu kukkiriza.

Omwana, Yesu Kristo y'ani?

Omuntu akoze ekibi tasobola kutangirira kibi kya muntu mulala, kale omuntu ataalina kibi kyonna yali yeetaagibwa. Eno yensonga lwaki Katonda yennyini yali alina okwambala omubiri n'ajja eri ensi eno—era ng'ono ye yali Yesu. Olw'okuba empeera y'ekibi kufa, Yesu yalina okuttibwa ku musalaba okusobola okutangirira ebibi byaffe. Kino kiri bwe kityo lwakuba awatali kuyiwa musaayi, tewabeera kusonyiyibwa bibi (Ebyabaleevi 17:11; Abaebulaniya 9:22).

Wansi w'ekigendererwa kya Katonda, Yesu yafa ku muti ogw'omusalaba okusobola okuta abantu bave mu kikolimo ky'amateeka. Oluvannyuma lw'okununula omuntu mu bibi bye, Yazuukira mu bafu ku lunaku olw'okusatu. N'olwekyo omuntu yenna akkiririza mu Yesu Kristo ng'Omulokozi we asonyiyibwa ebibi bye era n'afuna obulokozi. Nga ne Yesu, eyafuuka ekibala ekibereberye eky'okuzuukira, naffe, tujja kuzuukira era tuyingire mu Ggulu.

Mu Yokaana 14:6 Yesu yagamba nti, "Nze kkubo, n'amazima n'obulamu; tewali ajja eri Kitange, wabula ng'ayita mu Nze." Yesu lye kkubo, Yafuuka ekkubo abantu basobole okuyingira mu Ggulu ng'eyo Katonda Kitaffe gyafugira; Ge mazima kubanga Ye Kigambo kya Katonda eyafuuka omubiri n'ajja eri ensi eno; era,

Ye bulamu kubanga okuyita mu Ye yekka omuntu mwasobola okufunira obulokozi n'obulamu obutaggwaawo.

Bwe yali wano ku nsi, Yesu yagondera amateeka mu bujjuvu. Ng'amateeka ga Isiraeri bwe gaali gagamba, Yakomolebwa ku lunaku olw'omunaana ng'azaaliddwa. Yabeera ne bakadde Be okutuuka ku myaka 30 era n'atuukiriza obuvunaanyizibwa Bwe bwonna. Yesu teyalina kibi kisikire wadde ekibi kye yeekolera Ye. N'olwekyo kyawandiikibwa ku Yesu mu 1 Peetero 2:22 nti, "... ataakola kibi, newakubadde obukuusa tebwalabika mu kamwa Ke."

Nga wayiseewo akabanga, okusinziira ku kwagala kwa Katonda, Yesu yatandika okusiiba okumala ennaku 40 nga tannatandika lugendo Lwe olw'okutuukiriza obuweereza Bwe. Yategeeza abantu bangi ku Katonda Omulamu n'enjiri ey'obwakabaka obw'omu ggulu, era Yalaga amaanyi ga Katonda buli yonna gye yalaganga. Mazima yalaga nti Katonda ye Katonda omutuufu, nti era yasukulumye nnyini bulamu n'okufa.

Ensonga lwaki Yesu yajja mu nsi eno kwe kubuulira abantu bonna ku Katonda Kitaffe, okuzikiriza omulabe setaani, okutulokola fenna okuva mu kibi n'okutulung'amya eri ekkubo ery'obulamu obutaggwaawo. Kale mu Yokaana 4:34, Yesu agamba, "Eky'okulya Kyange kwe kukolanga eyantuma by'ayagala n'okutuukiriza omulimu Gwe."

Yesu Kristo Omulokozi

Yesu Kristo si y'omu ku bakugu abana abakyasinze ensi be yali erabye. Ye Mulokozi eyaggulawo ekkubo ery'obulokozi eri abantu bonna; n'olwekyo tasobola kuteekebwa ku ddala lye limu ng'abantu, nga bino bitonde butonde. Bw'otunula mu Bafiripi 2:6-11 wagamba nti, "Oyo, bwe yasooka okubeera mu kifaananyi kya Katonda, teyalowooza kintu ekyegombebwa okwenkanankana ne

Katonda, naye yeggyako ekitiibwa, bwe yatwala engeri y'obuddu, n'abeera mu kifaananyi ky'abantu. Era bwe yalabikira mu mutindo ogw'obuntu, ne yeetoowaza, nga muwulize okutuusa okufa, era okufa okw'oku musalaba. Era Katonda kye yava amugulumiza ennyo n'amuwa erinnya liri erisinga amannya gonna. Buli vviivi lifukaamirirenga erinnya lya Yesu, ery'eby'omu ggulu n'eby'oku nsi n'ebya wansi w'ensi, era buli lulimi lwatulenga nga Yesu Kristo ye Mukama waffe, Katonda Kitaffe aweebwe ekitiibwa."

Olw'okuba Yesu yagondera Katonda era ne Yeewaayo nga ssaddaaka ng'okwagala kwa Katonda bwe kwali, Katonda yamuyimusa mu kifo ekisingirayo ddala ku mukono Gwe ogwa ddyo, era n'amutuuma okuba Kabaka wa bakabaka era Mukama wa bakama.

Omwoyo Omutukuvu, Omuyambi, y'ani?

Yesu bwe yali wano ku nsi, Yalina okukolera mu bbanga erikugirwa obudde n'ebbanga kubanga yalina omubiri gw'omuntu. Yasaasaanya enjiri mu bitundu by'omu Buyudaaya, Samaliya, ne Galiraaya, kyokka yali tasobola kutwala njiri mu bitundu eby'essudde ewala. Wabula wadde guli gutyo, Yesu bwe yamala okuzuukira era n'ayambuka mu Ggulu, Yatusindikira Omwoyo Omutukuvu, Omuyambi, eyali ow'okukka ku bantu bonna nga takugirwa budde wadde ebbanga.

Ennyinyonyola y'ekigambo "omuyambi" ye: 'nnabbi awolereza, eyeegayirira, oba ayamba omulala okutegeera ensobi ye'; 'omubuziibuzi azzaamu abalala amaanyi n'essuubi'.

Olw'okuba mutukuvu era nga ali omu ne Katonda, Omwoyo Omutukuvu amanyi n'ebuziba mu mutima gwa Katonda (1 Abakkolinso 2:10). Nga omwonoonyi bwatasobola kulaba Katonda, mu ngeri y'emu Omwoyo Omutukuvu tasobola kutuula mu mutima gwa mwonoonyi. N'olwekyo nga Yesu tannatununula ng'afa ku musalaba n'okuyiwa omusaayi Gwe, Omwoyo Omutukuvu yali tasobola kujja mu mutima gwaffe.

Naye oluvannyuma nga Yesu amaze okufa ku musalaba n'okuzuukira, ekizibu kye kibi kyagonjoolwa era omuntu yenna aggulawo omutima gwe n'akkiriza Yesu Kristo asobola okufuna Omwoyo Omutukuvu. Omuntu bwakkirizibwa olw'okukkiriza, Katonda amuwa ekirabo eky'Omwoyo Omutukuvu, Omwoyo Omutukuvu abeera asobola okutuula munda mu mutima gwe. Omwoyo Omutukuvu yatukulembera era n'atulung'amya, era okuyita mu Ye, tusobola okuwuliziganya ne Katonda.

Olwo lwaki Katonda awa abaana Be ekirabo eky'Omwoyo Omutukuvu? Ekyo kiri bwe kityo kubanga, okujjako ng'Omwoyo Omutukuvu azze gye tuli n'azuukiza omwoyo gwaffe—ogwali gw'afa olw'ekibi kya Adamu—tetusobola kuyingira mu mazima, oba okutambulira mu mazima. Bwe tukkiririza mu Yesu Kristo era ne tufuna Omwoyo Omutukuvu, Omwoyo Omutukuvu ajja mu mitima gyaffe era n'atusomesa amateeka ga Katonda, nga ge Mazima, tusobole okutambulira mu mateeka gano era tutambulire mu mazima.

Omulimu gw'Omwoyo Omutukuvu, Omuyambi

Omulimu omukulu ogw'Omwoyo Omutukuvu kwe kulaba nti Atusobozesa okuzaalibwa omulundi ogw'okubiri. Bwe tuzaalibwa omulundi ogw'okubiri, tutegeera amateeka ga Katonda era ne tugezaako okugatambuliramu. Eno yensonga lwaki Yesu yagamba nti, "Omuntu bwatazaalibwa mazzi na Mwoyo, tayinza kuyingira mu bwakabaka bwa Katonda. Ekizaalibwa omubiri kiba mubiri, n'ekizaalibwa Omwoyo kiba mwoyo" (Yokaana 3:5-

6). Kale okujjako nga tuzaaliddwa omulundi ogw'okubiri amazzi n'Omwoyo Omutukuvu, tetusobola kufuna bulokozi.

Wano, amazzi agoogerwako ge mazzi amalamu—Ekigambo kya Katonda. Twetaaga okutukuzibwa ddala era ne tukyusibwa n'Ekigambo kya Katonda, oba amazima. Olwo kitegeeza ki okuzaalibwa omulundi ogw'okubiri Omwoyo Omutukuvu? Bwe tukkiriza Yesu Kristo, Katonda atuwa ekirabo eky'Omwoyo Omutukuvu era n'atukkiriza nti tuli baana Be (Ebikolwa 2:38). Abaana ba Katonda abafuna Omwoyo Omutukuvu bawuliriza Ekigambo eky'amazima era ne bayiga okwawulawo wakati w'obulungi n'obubi. Era bwe basaba n'omutima gwabwe gwonna, Katonda abawa ekisa n'amaanyi okutambulira mu Kigambo Kye. Era kuno kwe kuzaalibwa omulundi ogw'okubiri Omwoyo Omutukuvu. Era Omwoyo gyakoma okuzaala omwoyo mu buli muntu ssekinnoomu, omuntu oyo gyakoma okukyusibwa n'amazima. Era omuntu gyakoma okukyusibwa n'amazima, gyakoma okufuna okukkiriza okw'omwoyo okuva eri Katonda.

Eky'okubiri, Omwoyo Omutukuvu atuyamba mu bunafu bwaffe era ne yeegayirira ku lwaffe nga bwasinda ekitagambika, tusobole okubeera nga tusaba (Abaruumi 8:26). Era atumenya tusobole okufuuka ebibya ebisingako obulungi. Era, nga Yesu bwe yagamba, "Naye Omubeezi, Omwoyo Omutukuvu, Kitange gw'alituma mu linnya Lyange, Oyo alibajjukiza byonna bye nnabagamba" (Yokaana 14:26), Omwoyo Omutukuvu atulung'amya eri amazima era n'atusomesa kw'ebyo ebijja okubaawo mu kiseera eky'omu maaso (Yokaana 16:13).

Era, bwe tugondera okuyaayaana kw'Omwoyo Omutukuvu, Atuganya okubala ebibala n'okufuna ebirabo eby'omwoyo. Kale bwe tufuna Omwoyo Omutukuvu era ne tutambulira mu mazima, Akolera mu ffe ne tusobola okubala ebibala eby'okwagala, okusanyuka, emirembe, obugumiikiriza, ekisa, obulungi, obwesigwa, obuwombeefu, n'okwegendereza (Abaggalatiya 5:22-23). Si ekyo kyokka, Era Agaba n'ebirabo ebituyamba mu bulamu bwaffe obw'omwoyo ng'abakkiriza, gamba nga ebigambo eby'amagezi, ebigambo eby'okumanya, okukkiriza, ebirabo eby'okuwonya, n'okukola eby'amagero, obunnabbi, okwawula mu myoyo, ennimi empya, n'okuvvuunula ennimi (1 Abakkolinso 12:7-10).

Era, Omwoyo ayogera gye tuli (Ebikolwa 10:19), n'atuwa ebiragiro (Ebikolwa 8:29), era olumu n'atugaana okukola ekintu bwe kibeera nga kikontana n'okwagala kwa Katonda (Ebikolwa 16:6).

Katonda Obusatu atuukiriza ekigendererwa ky'obulokozi

Kitaffe, Omwana, n'Omwoyo Omutukuvu baali omu mu kusooka. Olubereberye, Katonda ono omu, yabeerangawo nga Kitangaala ekirimu eddoboozi mu kyo, era ng'amaamidde ku nsi yonna (Yokaana 1:1; 1 Yokaana 1:5). Kati ekiseera kyatuuka, okusobola okufuna abaana abatuufu abo basobola okugabana n'abo okwagala Kwe, N'atandika enteekateeka y'okuteekateeka omuntu. Ebbanga eryali erimu mwe Yabeeranga n'alyawulamu amabanga mangi, era n'atandika okubeerawo nga Katonda Obusatu.

Katonda Omwana, Yesu Kristo ava mu Katonda eyasookawo (Ebikolwa 13:33; Abaebbulaniya 5:5), ne Katonda Omwoyo Omutukuvu, naye y'ava mu Katonda ow'olubereberye (Yokaana 15:26; Abaggalatiya 4:6). N'olwekyo Katonda Kitaffe, Katonda Omwana, ne Katonda Omwoyo Omutukuvu – Katonda Obusatu Azze atuukiriza ekigendererwa ky'okulokola omuntu, era ajja kugenda mu maaso n'okukituukiriza okutuuka ku lunaku olw'omusango ogw'oku Namulondo Ennene Enjeru.

Yesu bwe yakomererwa ku musalaba, Yali tabonaabona Yekka. Katonda Kitaffe n'Omwoyo Omutukuvu n'abo baayita mu bulumi obwo wamu Naye. Era ng'Omwoyo Omutukuvu Atuukiriza obuweereza Bwe ng'asinda n'okwegayirira olw'emyoyo egiri ku nsi kuno, Katonda Kitaffe ne Mukama bakolera wamu Naye.

Mu 1 Yokaana 5:7-8 wagamba nti, "Era Omwoyo Yategeeza, kubanga Omwoyo ge mazima, Kubanga abategeeza basatu, Omwoyo n'amazzi n'omusaayi era abasatu abo bagendera wamu." Amazzi gategeeza mu mwoyo obuweereza bw'Ekigambo kya Katonda, n'omusaayi mu mwoyo gutegeeza obuweereza bwa Mukama n'okuyiwa omusaaayi Gwe ku musalaba. Era bwe bakolera awamu mu buweereza bwabwe, Katonda Obusatu awa obukakafu bw'obulokozi eri abakkiriza bonna.

Era, Matayo 28:19 wagamba, "Kale mugende mufuule amawanga gonna abayigirizwa, nga mubabatiza okuyingira mu linnya lya Kitaffe, n'Omwana n'Omwoyo Omutukuvu." Ne mu 2 bakkolinso 13:14 wasoma nti, "Ekisa kya Mukama Yesu Kristo, n'okwagala kwa Katonda, n'okusseekimu okw'Omwoyo Omutukuvu, bibeerenga nammwe mwenna." Tusobola okukiraba wano nti abantu babatizibwa mu linnya lya Katonda Obusatu.

Mu ngeri eno, kyokka wadde Katonda Kitaffe, Katonda Omwana ne Katonda Omwoyo Omutukuvu ba kikula kimu, omutima gumu, n'emmeeme emu mu nsibuko yaabwe, buli mulimu gwa buli omu mu kuteekateeka omuntu gwawukana bulungi nnyo. Katonda yayawula bulungi nnyo ekiseera ky'Endagaano Enkadde, Nga Katonda Kitaffe yennyini ye yakulemberanga abantu Be; mu kiseera ky'Endagaano Empya, Yesu weyajjira mu nsi eno okufuuka Omulokozi w'abantu bonna; era ekiseera ekyaddako kye kye kisa, nga wano Omwoyo Omutukuvu, Omuyambi, mwatuukiririzza obuweereza Bwe. Katonda Obusatu azze atuukiriza okwagala Kwe mu buli kimu ku biseera ebyo nga bwe bizze bibeerawo.

Ebikolwa 2:38 wagamba, "Mwenenye, mubatizibwe buli muntu mu mmwe okuyingira mu linnya lya Yesu Kristo okuggibwako ebibi byammwe, munaaweebwa ekirabo gwe Mwoyo Omutukuvu." Era nga bwe kyawandiikibwa mu 2 Bakkolinso 1:22, "Oyo [Katonda] eyatussaako akabonero, n'atuwa omusingo ogw'Omwoyo mu mitima gyaffe," Bwe tukkiriza Yesu Kristo era ne tufuna Omwoyo Omutukuvu, tetufuna ddembe lyakufuuka baana kyokka (Yokaana 1:12), wabula tusobola n'okufuna okulung'amizibwa kw'Omwoyo Omutukuvu okweggyako ebibi n'okutambulira mu Musana. Omwoyo gwaffe bwe gubeera obulungi, buli kimu kijja kubeera bulungi, era tufuna emikisa okubeera abalamu mu mwoyo ne mu mubiri. Era bwe tulituuka mu Ggulu, era nayo tujja kweyagalira mu bulamu obutaggwaawo!

Singa Katonda Kitaffe yaliwo yekka, tetwandifunye bulokozi mu bujjuvu. Twetaaga Yesu Kristo kubanga obwakabaka okubuyingira tulina kusooka kunaazibwako bibi. Era bwe tubeera bakweggyako bibi byaffe ne tunoonya ekifaananyi kya Katonda, twetaaga obuyambi bw'Omwoyo Omutukuvu. Bwatyo Katonda Obusatu—Kitaffe, Omwana, n'Omwoyo Omutukuvu—batuyamba, ne tusobola okufuna obulokozi obutuukiridde era ne tuddiza Katonda ekitiibwa.

Amakulu g'ebigambo

Omubiri ne emirimu gy'omubi

Ekigambo 'omubiri' mu makulu ag'omwoyo kigambo ekitegeeza agatali mazima mu mitima gyaffe agafulumayo mu ngeri ey'ebikolwa. Eky'okulabirako, obukyayi, ensaalwa, obwenzi, amalala, n'ebiringa ebyo, nga bifulumayo mu ngeri ey'ebikolwa nga okulwana, okuvuma, okutta, n'ebirala, byonna wamu biyitibwa "omubiri", era buli kimu ku bibi bino, bwe kitunuulirwa kyokka, biyitibwa "emirimu egy'omubiri". .

Okwegomba kw'omubiri, okwegomba kw'amaaso, amalala g'obulamu

"Okwegomba kw'omubiri" kitegeeza embala ezo ezireetera abantu okwonoona nga bagoberera okwegomba kw'omubiri. Muno mulimu ebintu nga, obukyayi, amalala, obusungu, obunafu, obwenzi, n'ebiringa ebyo. Embala zino ez'obubi bwe zisisinkana n'embeera emu ezisikuula, okwegomba kw'omubiri kutandika okuvaayo. Eky'okulabirako, omuntu bw'aba n'embala y'obubi 'ey'okusalira abalala emisango n'okubakolokota', oyo ajja kubeera ayagala nnyo okuwuliriza eng'ambo n'okugeya.

"Okwegomba kw'amaaso" kitegeeza embala ey'obubi ereetera omuntu okwegomba ebintu eby'omubiri ng'omutima gusiikuulwa olw'okulaba n'okuwulira okuyita mu maaso n'amatu. Okwegomba kw'amaaso kusiikuuka bwe tubeera nga tulaba n'okuwulira ebintu eby'ensi. Ebintu bino bwe bitagobebwa mu ffe naye ne tugenda mu maaso n'okubiyingiza, okwegomba kw'omubiri kusiikuulwa, era ne tumaliriza nga twonoonye.

"Amalala g'obulamu" kitegeeza embala y'ekibi mu muntu emuleetera okwagala okweraga n'okwewaana nga bwagoberera amasanyu g'ensi eno. Omuntu bwabeera n'embala eno ey'obubi, ajja kufubanga okulaba nti aweza ebintu eby'ensi eno okusobola okweragira ku bulala.

Essuula 3

Emirimu Egy'omubiri

"Naye ebikolwa by'omubiri bya lwatu, bye bino: obwenzi, empitambi, obukaba, okusinza ebifaananyi, okuloga, obulabe, okuyomba, obuggya, obusungu, empaka, okweyawula, okwesalamu, ettima, obussi, obutamiivu, ebinyumu, n'ebiri ng'ebyo, nsooka okubabuulira ku ebyo, nga bye nnasooka okubabuulira, nti bali abakola ebiri ng'ebyo tebalisikira bwakabaka bwa Katonda."
(Abaggalatiya 5:19-21)

N'abakristaayo ababadde abakkiriza okumala ekiseera bayinza okuba ng'ebigambo bino "emirimu gy'omubiri" tebakiwulirangako. Kino kiri bwe kityo lwakuba ebiseera ebisinga ekkanisa nnyingi tebasomesa ku kibi mu bujjuvu. Era nga bwe kyawandiikibwa obulungi ennyo mu Matayo 7:21 nti , "Si buli agamba nti, 'Mukama wange Mukama wange,' aliyingira mu bwakabaka obw'omu ggulu, wabula oyo akola okwagala kwa Kitange oyo ali mu ggulu yaliyingira," tulina okumanyira ddala okwagala kwa Katonda bwe kuli, era nga ddala twetaaga okumanya ekibi kye ki, ekyo Katonda kyakyawa.

Katonda ensobi ezo ezirabika si ze zokka zayita "ebibi",

wabula n'ebintu nga obukyayi, ensaalwa, obuggya, okusalira abalala emisango n'okubakolokota, obulogo, omutima ogulimba, n'ebirala, Abitwala nti bibi. Okusinziira ku Bayibuli, "Buli ekitava mu kukkiriza" (Abaruumi 14:23), okumanya ekituufu naye n'otakikola (Yakobo 4:17), obutakola ekirungi kye njagala okukola, kyokka n'enkola ekibi kye saagala kukola (Abaruumi 7:19-20), ebikolwa eby'omubiri (Galatians 5:19-21), n'ebintu eby'omubiri (Abaruumi 8:5) byonna biyitibwa "bibi".

Ebika bye bibi bino byonna bireetawo ekisenge ekiyimirira wakati waffe ne Katonda, nga bwe kyawandiikibwa mu Isaaya 59:1-3, "Laba, omukono gwa MUKAMA teguyimpawadde n'okuyinza ne gutayinza kulokola, so n'okutu Kwe tekumuggadde, n'okuyinza ne kutayinza kuwulira. Naye obutali butuukirivu bwammwe bwe bwawudde mmwe ne Katonda wammwe, n'ebibi byammwe bye bimukwesezza amaaso, n'atayagala kuwulira. Kubanga emikono gyammwe gyonoonese n'omusaayi, engalo zammwe n'obutali butuukirivu; emimwa gyammwe gyogedde eby'obulimba, olulimi lwammwe luvulungutana eby'ekyejo."

Olwo bisenge ki byennyini eby'ekibi ebiyimirira wakati waffe ne Katonda?

Ebintu eby'omubiri n'emirimu egy'omubiri

Ebiseera ebisinga, bwe tubeera twogera ku bitundu by'omubiri gw'omuntu, tusobola okukozesa ekigambo "omubiri" oba "ennyama". Kyokka, amakulu ag'omwoyo "ag'omubiri" gawukana. Abaggalatiya 5:24 wagamba, "N'abo aba Kristo Yesu baakomerera omubiri wamu n'okukwatibwa n'okwegomba kwagwo." Kati kino tekitegeeza nti omubiri ogw'okungulu gukomererwa n'emisumaali.

Twetaaga okumanya amakulu ag'omwoyo ag'ekigambo "omubiri" okusobola okutegeera amakulu g'olunyiriri olwo waggulu. Kyokka si buli lwe bakozesezza ekigambo "omubiri" nti mubaamu amakulu ag'omwoyo. Olumu batera okutegeeza omubiri gw'omuntu. Yensonga lwaki twetaaga okutegeera ekigambo kino obulungi, tusobole okulaba ddi ekigambo kino lwe kikozeseddwa mu mwoyo oba nedda.

Mu kusooka, omuntu yali yatondebwa n'omwoyo, emmeeme, n'omubiri, era teyalina kibi kyonna. Wabula, bwe yamala okujeemera Ekigambo kya Katonda, omuntu n'afuuka omwonoonyi. Era engeri empeera y'ekibi bwe kuli okufa (Abaruumi 6:23), omwoyo, nga gwe gwali mukama w'omuntu, ne gufa. Bwe gutyo omubiri gw'omuntu ne gufuuka ekintu ekitagasa, nga bwe wayitawo obudde, gumala ne gunafuwa era ne gukadiwa, ne guvunda, era ne gudda mu nfuufu. Bwatyo omuntu atereka obubi munda mu mubiri gwe, era okuyita mu bikolwa, n'akola ebibi bino. Wano ekigambo "omubiri" wekiyingirirawo.

"Omubiri", mu makulu ag'omwoyo, guyimirirawo okutegeeza embala y'ekibi nga yeegasse n'omubiri gw'omuntu ogwo amazima ge gwavaamu. Kale Bayibuli bweyogera ku "mubiri", ebeera etegeeza ekibi ekitannateekebwa mu nkola, naye nga kisobola okusiikuulwa essaawa yonna. Muno mugenderamu ebirowoozo ebibi, n'ebika by'ebibi byonna ebiri munda mu mubiri gwaffe. Ebibi bino byonna bwe bizingibwa mu kibinja kwe kuyitibwa "ebintu eby'omubiri".

Kwe kugamba, obukyayi, amalala, obusungu, okusala emisango, okukolokota, obwenzi, omululu, n'ebirala., byonna wamu biyitibwa "omubiri", era buli kimu ku kibi kino nga kyetengeredde kye kiyitibwa "ekintu eky'omubiri". Kale kasita ebintu bino eby'omubiri bibeera nga bikyasigadde mu mutima gw'omuntu, embeera bw'ebeera entuufu, bisobola okuvaayo mu lujjudde essaawa yonna mu ngeri ey'ebikolwa ebibi. Eky'okulabirako, mu mutima gw'omuntu bwe mubaamu embala ey'okulimba, eyinza obuteeyoleka nnyo mu mbeera eya bulijjo, naye omuntu bwe yeesanga mu mbeera enzibu, oba mu mbeera ey'obunkeeke, omuntu oyo asobola okulimba munne n'ebigambo eby'obulimba oba n'ebikolwa.

Ebibi ebivaayo mu lujjudde bwe bityo mu ngeri eno nabyo biyitibwa "omubiri", naye buli kibi ekikolebwa mu kikolwa kiyitibwa "omulimu gw'omubiri". Katugambe, oyagala okubeera ng'okuba omuntu, 'okuwulira okwo okubi' kwe kuyitibwa "ekintu eky'omubiri". Kyokka, omuntu oyo bw'omukuba, kino kye kiyitibwa "omulimu gw'omubiri".

Bw'otunula mu Lubereberye 6:3, wagamba nti, "MUKAMA n'ayogera nti, 'Omwoyo gwange teguuwakanenga na muntu emirembe n'emirembe, kubanga naye gwe mubiri.'" Katonda ayogera nti tajja kuwakananga na muntu emirembe n'emirembe, kubanga omuntu yali afuuse omubiri. Olwo kitegeeza nti Katonda tali wamu naffe? Nedda, si bwe kitegeeza. Olw'okuba twakkiriza Yesu Kristo, ne tufuna Omwoyo Omutukuvu, era nga twazaalibwa omulundi ogw'okubiri ng'abaana ba Katonda, tetukyali bantu ba mubiri.

Bwe tutambulira mu Kigambo kya Katonda era ne tugoberera okulung'amizibwa kw'Omwoyo Omutukuvu, Omwoyo azaala omwoyo, era ne tukyusibwa okufuuka abantu ab'omwoyo. Katonda, nga mwoyo, atuula n'abo abakyuka bulijjo okufuuka abantu ab'omwoyo. Wabula, Katonda tatuula n'abo abagamba nti bakkiriza, kyokka ne bagenda mu maaso n'okukola ebibi era ne bakola emirimu gy'omubiri. Bayibuli ekyogera lunnye, nga abantu ab'ekikula ekyo bwe batayinza kufuna bulokozi (Zabuli 92:7; Matayo 7:21; Abaruumi 6:23).

Emirimu gy'omubiri egiremesa omuntu okusikira obwakaba bwa Katonda

Bw'oba, ng'obadde otambulira wakati mu bibi, n'okizuula

nti oli mwonoonyi era n'okkiriza Yesu Kristo, tugezaako nnyo obutakola mirimu gya mubiri egirabikira ddala nga 'bibi'. Kituufu, Katonda tasanyukira 'bintu bya mubiri', naye 'emirimu gy'omubiri' gye giyinza okutulemesa okusikira obwakabaka bwa Katonda. N'olwekyo, tulina okufuba ennyo obutakolanga mirimu gya mubiri.

1 Yokaana 3:4 wagamba, "Buli muntu yenna akola ekibi akola n'obujeemu, era ekibi bwe bujeemu." Wano, "Buli muntu yenna akola ekibi" ye muntu yenna akola emirimu gy'omubiri. Era, obutali butuukirivu bwe bujeemu; n'olwekyo bw'oba toli mutuukirivu, ne bwoyogera nti oli mukkiriza, Bayibuli ekulabula nti toyinza kufuna bulokozi.

1 Abakkolinso 6:9-10 woogera nti, "Oba temumanyi ng'abatali batuukirivu tebalisikira bwakabaka bwa Katonda? Temulimbibwanga, newakubadde abakaba, newakubadde abasinza ebifaananyi, newakubadde abenzi, newakubadde abafuuka abakazi, newakubadde abalya ebisiyaga, newakubadde ababbi, newakubadde abeegombi, newakubadde abatamiivu, newakubadde abavumi, newakubadde abanyazi, tebalisikira bwakabaka bwa Katonda."

Matayo essuula 13 ennyonyola bulungi nnyo ekyo ekinaatuuka ku bantu ab'ekika kino ku nkomerero y'ebiro: "Omwana w'omuntu alituma bamalayika Be, nabo baliggyamu mu bwakabaka Bwe ebintu byonna ebisittaza, n'abo abakola obubi, balibasuula mu kikoomi eky'omuliro, mmwe muliba okukaaba amaziga n'okulumwa obujiji" (olu. 41-42). Olwo lwaki ng'ekyo kibaawo? Kino kiribaawo kubanga mu kifo ky'okweggyako ebibi, abantu bano baatambuliranga mu bulamu obw'okwekkiriranya n'agatali mazima ag'ensi eno. Kale mu maaso ga Katonda, si 'ng'ano', wabula 'bisusunku'.

Kale kikulu nnyo ffe okusooka okuzuula ekika ky'ebisenge by'ebibi bye tuzimbye wakati waffe ne Katonda, era twetaaga okumenyaamenya ebisenge ebyo. Okujjako nga tumaze okugonjoola ekizibu kino eky'ekibi lwe tusobola okukkirizibwa Katonda nti ddala tulina okukkiriza, era tusobola okukula ne tufuuka 'eng'ano'. Era bwe tutuuka wano, lwe tusobola okufuna eby'okuddamu eri okusaba kwaffe, era ne twerabira ku kuwonyezebwa n'emikisa.

Emirimu gy'omubiri egy'olwatu

Engeri emirimu egy'omubiri gye gifubutukayo ng'ebikolwa, tusobola okulaba obulungi, obubi bw'ekibi ekikoleddwa. Emirimu gy'omubiri egisinga okubeera egy'olwatu gye gino, obwenzi, empitambi n'obukaba. Ebibi bino bibi bya kwegatta mu mukwano, era abo abakola ebibi eby'ekikula kino tebasobola kufuna bulokozi. N'olwekyo, omuntu yenna akola ebibi eby'ekikula kino alina okwenenya mu bwangu ddala akyuke okuva mu ngeri ze zino.

1) Obwenzi, empitambi, obukaba

Okusooka, 'obwenzi' wano kitegeeza okwegatta mu by'omukwano. Era nga wano omusajja atali mufumbo n'omukazi beegatta. Ennaku zino, olw'okuba abantu b'ensi b'onoonesa nnyo, okwegatta ng'abantu tebannafumbirwa kyafuuka kya bulijjo. Wabula, abantu ababiri abo ne bwe babeera bagenda kugattibwa, era nga beeyagala, kino kibeera kitwalibwa ng'agatali mazima. Naye ennaku zino, abantu tebakyaswala. Ebikolwa ng'ebyo tebakyabitwala nga kwonoona. Kino kiri bwe kityo lwakuba okuyita mu mizannyo ne firimu, abantu bafuula abantu abali mu bwenzi okubeera nti bali mu 'kintu ekirungi ennyo'. Abantu bwe balaba emizannyo ne firimu ez'ekika kino, okutya kwabwe ekibi kugenda kukendeera, era mpola mpola, abantu batandika okumanyiira ekibi n'okukiraba ng'ekintu ekya bulijjo ekitalina bubi bwonna.

Obwenzi olaba ne mu bitundu gye tubeera butwalibwa ng'ekikolwa ekitasaana. Olwo ate bwe kituuka mu maaso ga Katonda oyo omutukuvu kinaalabika kitya? Ddala abantu ababiri abeeyagala, balina okusooka, okuyita mu bufumbo, bakkirizibwe okuva eri Katonda, n'okuva eri bazadde baabwe n'abeng'anda, olwo ne balyoka bava mu bazadde baabwe ne bafuuka omubiri gumu.

Eky'okubiri, obwenzi kwe kuba nti omusajja omufumbo oba omukazi teyeekuumira ku birayiro bye baakuba nga bagattibwa. Kwe kugamba, omwami ono oba omukyala bwe yeegatta mu mukwano n'omuntu omulala atali mukyala we oba bba gwe baagattibwa naye. Kyokka ng'ogyeeko obwenzi obubeerawo mu bantu, waliwo n'obwenzi obw'omwoyo abantu bwe batera okukola. Buno, kwe kubeera ng'abantu beeyita bakkiriza kyokka ng'eno bwe basinza ebifaananyi oba okugenda mu balaguzi, n'amalogo. Kino kye kikolwa eky'okusinza emyoyo emibi ne dayimooni.

Bw'otunula mu Kubala essuula 25, abaana ba Isiraeri bwe baali nga babeera e Sitimu, abantu tebaakoma ku kukola obwenzi n'abakazi be Mowaabu kyokka; wabula baavvuunamira ne bakatonda baabwe. Era ekyavaamu, obusungu bwa Katonda ne bugwa ku bo, abantu 24,000 ne bafa kawumpuli mu lunaku lumu. N'olwekyo, omuntu bwagamba nti akkiririza mu Katonda, kyokka nga bwe yeesigama ku bakatonda abalala, ebifaananyi ne dayimooni, buno bubeera bwenzi obw'omu mwoyo, era ekikolwa eky'okulya mu Katonda olukwe.

Ekiddako, 'empitambi' kwe kubeera nga embala ey'ekibi eyiseewo ng'efuuse mpitambi. Eky'okulabirako, omutima omwenzi singa gussuka, omuzigu asobola okukwata maama ne nnyina ekiseera kye kimu. Obuggya bwe buyitawo, busobola okufuuka 'empitambi'. Eky'okulabirako, omuntu bwakwatibwa omulala obuggya obuyitiridde, b'osanga nga bakubye ekifaananyi ky'omuntu oyo ne batandika okukifumitafumita oba okubeera ng'akikuba amasasi, ebikolwa ng'ebyo ebitali bya bulijjo bivaayo olw'obuggya obwo obubeera bussusse, era ebikolwa bino bibeera 'mpitambi'. Ng'omuntu tannakkiririza mu Katonda, asobola okubeera n'embala ey'ekibi ey'obukyayi, obuggya, oba obwenzi mu bo. Olw'ekibi kya Adamu ekisikire, buli muntu yenna azaalibwa n'agatali mazima, era nga gali eyo munda ddala mu kikula ky'omuntu. Embala zino ez'obubi munda mu muntu kasita ziyita wezirina okukoma ne zissukawo okussuka ku mpisa ne neeyisa eya bulijjo ne zituuka n'okukosa oba okuleetera abalala obulumi tugamba nti eyo 'mpitambi'.

'Obukaba' kwe kukola ebintu olw'okkumatiza omubiri kye gubanja, gamba nga okwegatta mu by'omukwano oba okukubya obufaananyi mu birowoozo, n'okukola buli kika ky'ebintu byonna ebitasaana olw'okugoberera okwegomba kuno. 'Obukaba' bwa njawulo ku 'bwenzi', gamba nga omuntu omukaba abeera ebiseera bye ebisinga abimalira mu birowoozo eby'ekyenzi, ebigambo bye, oba ebikolwa bye. Eky'okulabirako, okwegatta n'ensolo, oba okubeera mu kulya ebisiyaga – ng'omukazi yeenyigira mu bikolwa ebitasaana ne mukazi munne, oba omusajja ku musajja munne – oba okukozesa ebyuma mu kifo ky'omuntu mu kikolwa eky'okwegatta, n'ebiringa ebyo nga byonna bikolwa ebibi ebigwa mu ttuluba ly'obukaba.

Olwaleero mu bitundu eby'enjawulo, abantu bagamba nti ebisiyaga bikkirizibwe. Naye kino kikontana ne Katonda era tekisaana (Abaruumi 1:26-27). Era, abasajja abeetwala ng'abakazi, oba abakazi abeeroowooza okubeera abasajja, oba abakola byombi, tebakkirizibwa eri Katonda (Ekyamateeka olwokubiri 22:5). Kino kikontana n'engeri Katonda bwe yatonda ebintu engeri gye birina okubeera.

Abantu bwe batandika okwonooneka olw'ekibi, ekintu ekisooka okuva mu mbeera ze mpisa z'abantu n'endowooza eri eby'okwegatta. Ebyafaayo bizze biraga, buli endowooza y'abantu mu kitundu eri okwegatta lweyonooneka, kigobererwa omusango gwa Katonda. Sodoma ne Gomora wamu ne Pompeyi byakulabirako birungi ebya kino. Bwe tulaba engeri eby'okwegatta mu bantu gye biccankalanye mu nsi yonna – okubeera nti tebikyayinza kutereezebwa – omanya nti Olunaku olw'omusango lusembedde.

2) Okusinza ebifaananyi, okuloga, obulabe

'Okusinza ebifaananyi' kusobola okwawulwamu ebika ebikulu bibiri. Ekisooka kwe kwekolera ekifaananyi kya katonda ekitalina kikula ng'okiwa enkula, oba okwekolera ekifaananyi n'okukifuula ekyo eky'okusinza. Abantu bagala ebintu bye basobola okulaba n'amaaso gaabwe, okukwatako n'engalo zaabwe wamu n'emikono gyabwe. Yensonga lwaki abantu bakozesa emiti, amayinja, ebyuma, zaabu, oba ffeeza okukola ebifaananyi eby'omuntu, ensolo, ebinyonyi, oba eby'ennyanja okubisinza. Oba waliwo amannya ge bavaayo n'ago, nga katonda w'enjuba, omwezi, n'emmunyeenye, era ne babasinza (Ekyamateeka olw'okubiri 4:16-19). Kuno kuyitibwa 'kusinza bifaananyi'.

Mu Kuva essuula 32, tulaba Musa ng'ayambuka ku Lusozi Sinaayi okufuna Amateeka n'atakomawo mangu ago, aba Isiraeri ne beekolera ennyana eya zaabu ne bagisinza. Wadde nga baali balabye obubonero bungi ddala n'ebyewuunyo, kyokka baali bakyalemereddwa okukkiriza, era ekyavaamu, ne batandika okusinza ebifaananyi. Bwe yalaba kino, Obusunga bwa Katonda ne bubuubuukira ku bo, era n'agamba nti agenda kubazikiriza. Mu kiseera ekyo, obulamu bwabwe ne bulokolebwa okuyita mu kwenenya kwa Musa okw'okwegayirira. Kyokka olwa kino, abo abaali bassuka emyaka amakumi abiri mu kutambula okwo tebakkirizibwa kuyingira nsi y'e Kanani, era ne bafiira mu ddungu. Okuva mu kino, tusobola okulaba engeri Katonda gyakyawamu okwekolera ebifaananyi, okubivunnamira, oba okubisinza.

Eky'okubiri, bwe wabaawo ekintu kye twagala okusinga Katonda, olwo nno okwo kubeera kusinza bifaananyi. Abakolosaayi 3:5-6 wasoma nti, "Kale mufiise ebitundu bya mmwe ebiri ku nsi, obwenzi, obugwagwa, okwegomba okw'ensonyi, omululu omubi, n'okuyaayaana, kwe kusinza ebifaananyi. Olw'ebyo obusungu bwa Katonda bujja ku baana abatawulira."

Eky'okulabirako, omuntu bwabeera n'okweyagaliza mu mutima, kale asobola okwagala ennyo ebintu ebikwatikako okusinga Katonda era olw'okwagala okukola ensimbi ezisingawo ayinza okukola ne ku Lunaku lwa Mukama. Era, omuntu bwagezaako okukkusa okweyagaliza kwe okuli mu mutima gwe ng'ayagala abantu abalala oba ebintu okusinga Katonda— gamba nga omwagalwa we, abaana, etutumu, amaanyi, okumanya, okusanyusa abantu, Ttivvi, eby'emizannyo, ebintu byanyumirwa, oba okubeera mu mikwano—era nga tayagala kusaba n'okunyiikira okutambulira mu bulamu obw'omwoyo, kino kikolwa kya kusinza bifaananyi.

Olw'okuba Katonda yatugamba obutasinza bifaananyi, abantu abamu bwe babuuza, "Kati olwo Katonda ayagala tusinze Ye yekka n'okwagala?" era nga balowooza Katonda yeeyagaliza yekka, babeera babitegedde bubi. Katonda teyatugamba kumwagala kusooka nti olw'okuba nnakyemalira. Kino yakikola okutulung'amya eri engeri abantu gye balina okweyisa ng'abantu. Omuntu bw'aba ayagala okusinza ebintu ebirala okusinga Katonda, tasobola kutuukiriza buvunaanyizibwa bwe ng'omuntu, era tasobola kweggyako bibi mu bulamu bwe.

Ekiddako, enkuluze ennyonyola 'obulogo' nga "ebikolwa oba ebigambo by'omuntu agambibwa okubeera n'amaanyi agatali ga bulijjo oba okulagula ng'ayambibwako emyoyo emibi n'obufuusa." Okulagula n'okusamira n'ebiringa ebyo, byonna bigwa mu kkowe eryo. Abamu bagenda ne beebuuza ku balaguzi olw'omwana waabwe anaatera okutuula ebigezo, oba okutegeera oba omuntu gwe bagenda okuwasa oba okufumbirwa gwe balina okubeera naye. Oba bwe wabeerawo ebizibu mu maka gaabwe, bafuna eddagala okwetangira. Naye abaana ba Katonda tebalina kukola bintu nga bino, kubanga okukola ebintu nga bino bijja kuleeta emyoyo emibi mu bulamu bwabwe n'okubonaabona okusingawo okuva mw'ekyo.

'Okulagula' ne 'obulogo' bukoddyo bwakulimbirako abalala, gamba nga okukola enteekateeka embi ez'okubba omuntu, oba okubaleetera okugwa mu katego. Mu mwoyo, 'obulogo' kye kikolwa eky'okutega omuntu akatego okuyita mu ngeri ey'obukalabakalaba. Eno yensonga lwaki ekizikiza kifuga mu bitundu bingi gye tubeera ennaku zino.

'Obulabe' kwe kuwulira obukyayi oba okwetamwa eri omuntu n'okumwagaliza okubeera obubi ennyo. Bwe weekenenya obulungi omutima gw'abantu abalina obukyayi ku bantu abalala, olaba nga babeesamba era ne bakyawa omuntu oli olw'okuba tebamwagala olw'ensonga emu oba endala, oba olw'obubi bwabwe obuli mu bo. Kati obubi buno bwe bukula ne buyitawo, busobola okufubutukayo ng'ebikolwa ebiyinza okukosa abalala; gamba nga okuwaayiriza oba okwogera ku muntu obubi, olugambo n'okutema abalala ebigambo, saako obubi obwa buli kika.

Mu Samwiri essuula 16, tulaba nti omwoyo wa MUKAMA bwe yava ku Sawulo bwati, amangu ago emyoyo emibi ne gijja okumusumbuwa. Naye Dawudi bwe yamukubiranga entongooli, Sawulo ng'adda buggya era n'atereera, ng'emyoyo emibi gigenze. Era, Dawudi yatta naggwano w'aba Firisuutu, Goliyaasi, n'envumuulo ey'ejjinja n'awonya eggwanga lya Isiraeri akatyabaga ke baali batubiddemu, ng'ateeka obulamu bwe mu katyabaga olw'okubeera omwesigwa eri Sawulo. Wabula wadde guli gutyo, Sawulo yali atya nti entebe ye eyinza okutwalibwa Dawudi, era n'amala emyaka mingi ng'anoonya Dawudi okumutta. Ekyavaamu, Katonda ne yeegaana Sawulo. Ekigambo kya Katonda kitugamba okwagala n'abalabe baffe. Tetulina kubeera na bukyayi eri omuntu yenna.

3) Okuyomba, Obuggya, Obusungu

'Okuyomba' kutuukawo abantu bwe bakulembeza ebintu bye bafunamu gamba nga amaanyi wamu n'obuyinza nga tebalowoozezza ku kintu kirala kyonna era ne bakikalambirako. Obutakkaanya bulijjo butandika na kweyagaliza ekireetawo okukubagana n'okuyomba wakati w'abakulumbeze w'amawanga, ba memba b'ebibiina by'obufuzi, ab'omu maka agamu, abantu ab'omu kanisa emu, ne mu nkolagana endala wakati w'abantu abali awamu.

Mu byafaayo bya Korea tulina eky'okulabirako ky'okuyomba wakati w'abakulembeze b'eggwanga. Dae Won Goon, taata wa kabaka eyasembayo mu bwakabaka bwa Chosun ne muka mwana we, omukyala Myong Sung abaali balina obutakkaanya ku nsonga y'entebe nga buli omu ku babiri bano alina abantu ab'ensi ez'ebweru abaali babawagira. Obukuubagano buno bwagenda ne mumyaka ekkumi. Kino kyaleetawo obutabanguko mu ggwanga, ekyaviirako okwegugunga n'amaggye okuva mu mbeera wamu n'okwegugunga kw'abalimi. Era ekyavaamu bannabyabufuzi bangi battibwa, era omukyala Myong Sung naye n'attibwa omutemu okuva mu ggwanga lya Japan. Era ekyavaamu, olw'obukuubagano buno wakati w'abantu aba waggulu mu ggwanga, Korea n'efiirwa obuyinza bwayo n'ewambibwa Japan.

Obukuubagano busobola n'okutuukawo wakati w'omwami n'omukyala, oba omuzadde n'omwana. Omu ku bafumbo bwayagala byayagala byokka bye bibeera biwulirizibwa, kino kisobola okuleetawo ennyombo n'ekiviirako n'okwawukana. Waliwo n'embeera abafumbo webatuuka n'okwekuba mu mbuga z'amateeka era ne bafuuka buli omu omulabe wa munne. Bwe wabeerawo obukubagano mu kkanisa, emirimu gya Setaani gitandika ne giremesa ekkanisa okukula, n'okulemesa ebitongole by'ekkanisa byonna okutambuza emirimu gyabyo obulungi.

Bwe tusoma mu Bayibuli, tutera okusisinkana embeera awaali obukuubagano n'okuyomba. Mu 2 Samwiri 18:7, tulaba omwana wa Dawudi, Abusaalomu, bwe yakulemberamu okuwakanya Dawudi era abantu abali eyo mu mitwalo ebiri ne battibwa mu lunaku lumu. Era, oluvannyuma lw'okufa kwa Sulemaani, Isiraeri yayawulwamu emirundi ebiri, obwakabaka obw'omu mambuka ga Isiraeri n'obw'omu maserengeta ga Yuda, era n'oluvannyuma lw'ekyo, ennyombo n'entalo byeyongera. Naddala mu bwakabaka bw'omu mambuka ga Isiraeri, nga wabeerawo okutya nti entebe etwalibwa essaawa yonna olw'obukubagano. Kale okumanya nti obukuubagano buvaako obulumi n'okuzikirira, nsuubira nti bulijjo munaalowoozanga ku balala era mukulembeze okuleetawo emirembe.

Ekiddako, 'obuggya' y'embeera ng'omuntu yeesamba abalala era n'abakyawa olw'okubakwatirwa ensaalwa ng'alowooza nti bamusingako. Obuggya bwe bukula, busobola okufuukamu obusungu obujjudde obubi. Kino kiyinza okuleetawo obukuubagano ekiviirako ennyombo.

Bw'osoma mu Bayibuli, abakyala ba Yakobo ababiri, Leeya ne Lakeeri, buli omu yalina obuggya ku munne, nga

Yakoba ali wakati (Olubereberye essuula 30). Kabaka Sawulo yakwatibwanga Dawudi obuggya, olw'okuba yayagalibwa nnyo abantu okusinga ku ye (1 Samwiri 18:7-8). Kayini yakwatirwa muganda we obuggya, Abiri, era n'amutta (Olubereberye 4:1-8). Obuggya buva mu bubi mu mutima gw'omuntu obumusiikuula okubeera ng'akkusa okweyagaliza kwe.

Engeri ennyangu eyinza okukuyamba okuzuula oba olina obuggya kwe kulaba oba obeera toteredde omuntu omulala ebintu bwe bimutambulira obulungi n'aba bulungi. Era, n'otandika obutayagala muntu oyo n'oyagala n'okutwala kyalina. Era, bwe weegeraageranya n'omuntu omulala n'oggwamu amaanyi, omanya obuggya y'ensibuko y'ekizibu kino. Omuntu bwe mubeera mwenkanya emyaka, mulina okukkiriza kwe kumu, bye muyiseemu nga bye bimu oba nga muli mu mbeera y'emu, kyangu okukwatirwa omuntu ng'oyo obuggya. Nga Katonda bwe yatulagira nti "mwagalenga baliraanwa bammwe nga bwe mweyagala mwekka", Omuntu omu bwasiimibwa kubanga atusingako mu kukola ekintu, Katonda ayagala tusanyukire wamu naye. Ayagala tusanyuke nga gyoli ffe be basiimye.

'Obusungu obwetumbiizi' kwe kulaga nti ovudde mu mbeera nga tokyasobola kukyebeera muli munda wadde okugezaako okwefuga. Ebivaamu ebiseera ebisinga tebibeera birungi. Batera, eky'okulabirako, okunyiiga amangu ekintu bwe kibeera tekikkiriziganya na ndowooza yaabwe oba kye balowooza era ne bakozesa amaanyi oba n'okutta. Okusunguwala obusunguwazi n'okiraga tekiremesa bulokozi; wabula, naye bw'oba n'embala embi ey'obusungu, oyinza okubeera n'obusungu obwogerwako wano. N'olwekyo, olina okweggyako obubi obw'ekika kino ng'obukulirayo ddala ku kikolo n'okubusuula eri.

Bwe kityo bwe kyali ku Kabaka Sawulo, eyali akwatiddwa Dawudi obuggya era n'agezangako okumutta omulundi ogutali gumu olw'okuba abantu baamuwaana wadde nga kyali kimugwanira! Waliwo embeera nnyingi mu Bayibuli Sawulo mweyalagira obusungu obwettumbiizi. Waliwo lwe yakasukira Dawudi effumu (1 Samwiri 18:11). Olw'okuba ab'omu kibuga ky'e Nobu baayamba Dawudi okumukweka n'asobola okwemulula ku Sawulo, Sawulo yazikiriza ekibuga kyonna. Kyali kibuga ky'abakabona, era Sawulo teyatta basajja bokka, wabula abakazi n'abaana bonna yalagira battibwe; era n'ensolo zonna omuli endogoyi n'endiga (1 Samwiri 22:19). Bwe tunyiiga ennyo mu ngeri eno, tubeera twekumyeko ekibi ekinene ennyo.

4) Empaka, okweyawula, okwesalamu

'Empaka' zireetera abantu okwawukana. Ekintu bwe balaba nga tekibasaana, nga beekolamu ebibinja. Kino tekituukira ku bantu abali awamu, abalina ebintu ebifaanagana, oba abatera okusisinkana. Wano twogera ku bibinja ebinene ebikuubagana era nga ba memba ababirimu bageya, bakolokota, basala emisango n'okusingisa abalala emisango. Ebibinja bino bisobola n'okubeera mu b'enganda, mu b'omuliraano, oba ne mu kkanisa mwennyini.

Eky'okulabirako, omuntu bw'abeera n'abaweereza nga tabagala era n'atandika okubageya n'ab'ekikoosi kye, olwo nno lino libeera 'kkung'aniro lya Setaani'. Olw'okuba abantu bano bafuuka omusanvu eri omuweereza ono olw'okuba abakolokota n'okubasalira emisango, ekkanisa mwe baweereza tesobola kufuna kuddizibwa buggya.

'Okweyawula' kwe kutondawo akabinja n'okweyawula ku bantu abalala bonna olw'okuba omuntu oyo agoberera ebirowoozo bye ye, ne byayagala. Eky'okulabirako kwe kuleetawo okweyawula mu kkanisa. Kino kye kikolwa ekikontana n'okwagala kwa Katonda, kubanga kiva ku ndowooza omuntu gy'aba n'ayo nti ye ekikye kye kibeera ekituufu. Nti era buli kimu

kirina okwetooloolera kw'ekyo omuntu oyo kyayagala.
Mutabani wa Dawudi, Abusaalomu yalya mu kitaawe olukwe n'okumuwakanya (2 Samwiri essuula 15), kubanga yali agoberera okweyagaliza kwe. Mu bulumbaganyi buno, Abaisiraeri bangi, omuli ne Akisoferi, omuwi w'amagezi owa Dawudi, badda ku ludda lwa Abusaalomu ne balya mu Dawudi olukwe. Katonda alekawo abantu nga bano abeenyigira mu mirimu egy'omubiri. N'olwekyo, Abusaalomu n'abantu bonna abadda ku ludda lwe baawangulibwa era ne bagwa ku ntuuko embi.

'Obunnabbi obw'obulimba' kye kikolwa eky'okwegaana Mukama eyabagula, nga beereetera okuzikirira okwangu (2 Peetero 2:1). Yesu Kristo yayiwa omusaayi Gwe okutulokola, bwe twali wakati mu kibi; n'olwekyo kye kituufu okugamba nti Yatugula n'omusaayi Gwe. Kale bwe tugamba nti tukkiririza mu Katonda kyokka ne twegaana Obusatu Obutuukirivu, oba ne twegaana Yesu Kristo eyatugula n'omusaayi Gwe, olwo nno kubeera nga okwereetera okuzikirira okwa mangu.

Waliwo ebiseera ebimu olw'obutamanya obunnabbi obw'obulimba kye kitegeeza, abantu ne batandika okwogera ku balala nti bannabbi ba bulimba olw'okuba baawukanako ku bo. Kyokka, kino kya mutawaana nnyo okukikola, era kigwa mu kkowe ery'okulemesa emirimu gy'Omwoyo Omutukuvu. Omuntu bw'aba akkiririza mu Katonda Obusatu—Kitaffe, Omwana, n'Omwoyo Omutukuvu, era nga teyeegaana Yesu Kristo, tetusobola kumuyita nnabbi wa bulimba.

5) Ettima, Obussi, Obutamiivu, Ebinyumu

'Ettima' bwe buggya nga buteekeddwa mu bikolwa. Obuggya kwe kukyawa abalala n'okubawalana olw'okuba ebintu bibatambulira bulungi, so nga ettima kwe kweyongerayo okutuuka ku ssa nti obukyayi obwo buviirako omuntu okubaako kyakola ekikosa abalala. Ebiseera ebisinga, ettima lisinga kusangibwa mu bakyala, naye nga lisobolera ddala n'okusangibwa mu basajja; era bwe lyongera okukula, lisobola okuvaamu ekibi ekinene nga okutta. Era bwe litakula kuvaamu kutta, lisobola okutuuka ku ssa ery'okutiisatiisa omuntu omulala, oba ebikolwa ebirala ebibi gamba nga okwekobaana n'omuntu oba abantu abalala.

Ekiddako, eriyo 'obutamiivu'. Mu Bayibuli, batubuulira ekyabaawo oluvannyuma lw'omusango gw'amataba, Nuuwa bwe yanywa omwenge, n'atamiira, era n'akola ensobi. Obutamiivu bwa Nuuwa bwamuviirako okukolimira mutabani we ow'okubiri, eyayanika obunafu bwa Nuuwa. Abaefeso 5:18 wagamba, "So temutamiiranga mwenge, kubanga mu ggwo mulimu okwegayaggula, naye mujjulenga Omwoyo." Kino kitegeeza obutamiivu kibi.

Ensonga lwaki Bayibuli erina abantu abanywa omwenge, lwakuba Isiraeri erina ebifo ebikalu bingi eby'eddungu, era amazzi gakekkwa. N'olwekyo, enviinyo ekamulwa mu bibala yali ekkirizibwa (ekyamateeka olw'okubiri 14:26). Wabula abantu b'omu Isiraeri baanywanga nviinyo eno mu kifo ky'amazzi; naye era nga tebanywa kutamiira. Naye mu nsi yaffe ennaku zino, amazzi ag'okunywa mwe gali amangi, tetwetaaga kunywa nviinyo wadde omwenge.

Mu Bayibuli, tusobola okulaba nti Katonda teyayagala bakkiriza kunywa bya kunywa bikambwe ng'omwenge (Ebyabaleevi 10:9; Abaruumi 14:21). Engero 31:4-6 wasoma nti: "Si kwa bakabaka, ai Lamweri, si kwa bakabaka okunywanga omwenge. Si kwa balangira okwogeranga nti 'Ekitamiiza kiri ludda wa'? Balemenga okunywa ne beerabira amateeka, ne banyoola omusango gw'omuntu yenna abonyaabonyezebwa. Mumuwenga ekitamiiza oyo ayagala okufa, N'omwenge oyo alina emmeeme eriko obuyinike"

Oyinza okugamba, "kasita nywako katono, ne sitamiira" Naye ne bw'onywako katono, obeera 'otamiira ako akatono'. Era byonna bubeera butamiivu 'wadde katono oba kanene'. Bw'otamiira, obeera tokyefuga, kale bulijjo ne bw'obeera omuntu omusirifu, osobola okufuuka ow'omutawaana kasita onywa. Waliwo abantu abatandika okwogera obubi n'okwagala okulwana, era ne baccankalanya akatundu. Era, olw'okuba okunywa omwenge kuviirako omuntu okubeera nga tasalawo nga bwe yandisazeewo, abantu abamu bamaliriza bakoze buli kika kya bubi. Kyangu nnyo okusanga abantu abatafa ku bulamu bwabwe nga bali ku kimu kya kunywa mwenge, era abafuuse balujuuju tebakoma kwekosa bo bokka, wabula n'okukosa obulamu bw'abo ababagala. Naye ebiseera ebisinga, wadde abantu bamanyi obubi obuli mu kunywa omwenge, kasita batandika, tebamala, era ne beeyongerayo n'okunywa bwe batyo ne b'onoona obulamu bwabwe. Eno yensonga lwaki 'obutamiivu' nabwo buli ku lukalala 'lw'emirimu gy'omubiri'.

Ebintu ebiwera bigwa mu kkowe "ly'Ebinyumu". Omuntu bwaba yeemalidde nnyo mu kunywa, okukuba zzaala, n'ebiringa ebyo, n'asuulirira n'obuvunaanyizibwa bwe nga ssemaka, oba okulekayo okulabirira omwana ng'omuzadde, Olwo nno Katonda kino akiyita 'kinnyumu'. Era, obuteegendereza n'okunoonya essanyu mu by'okwegatta n'okutambulira mu bulamu obw'obwenzi, oba okumala gatambula nga bw'oyagala byonna bigwa mu kkowe lino 'ery'ebinyumu'.

Ekizibu ekirala ekiri mu bantu b'ennaku zino, kwe kwagala ennyo okwejjalabya n'okukola amannya ekibaleetera okwenyigira mu binyumu. Abantu bagula ensawo ez'amannya, engoye, engato n'ebirala bingi ne batuuka n'okuba nti bagwa mu mabanja agatagambika. Olw'okuba babeera tebakyalina ngeri yakusasulamu, abantu abamu bakola emisango oba okwetta. Kino kye ky'okulabirako ky'abantu abateegendereza olw'okweyagaliza buli kimu, n'okwagala ennyo ebinyumu, ne babeera nga balina okusasulira ebivaamu.

6) N'ebiri ng'ebyo...

Katonda atugamba nti eriyo emirimu emirala mingi egy'omubiri ng'ogyeeko egyo egyogeddwa. Kyokka ne bwe tulowooza nti, 'Tuyinza tutya okweggyako ebibi bino byonna?' Tetulina kuggwamu maanyi ku ntandikwa. Wadde olina ebibi bingi, bw'osalawo ng'omaliridde mu mutima gwo era n'ogezaako nga bw'osobola, ddala osobola okweggayako ebibi ebyo. Ng'ogezaako obutakola mirimu gya mubiri, bw'ofuba okukola ebikolwa ebirungi, n'okusaba obutalekaayo, ojja kufuna ekisa okuva eri Katonda era ofune amaanyi okukyuka. Kino kiyinza obutasoboka n'amaanyi ag'abantu; naye ekintu kyonna kiyinzika n'amaanyi ga Katonda (Makko 10:27).

Kiki ekiyinza okubaawo bw'otambula nga ab'ensi wakati mu bibi n'ebinyumu wadde nga wali owulidde era ng'omanyi nti tosobola kusikira bwakabaka bwa Katonda bw'ogenda mu maaso n'okukola emirimu gy'omubiri? Olwo nno obeera omuntu ow'omubiri, kwe kugamba obeera 'bisusunku,' era tosobola kufuna bulokozi. 1 Abakkolinso 15:50 wagamba, "Naye kino kye njogera, ab'oluganda, ng'omubiri n'omusaayi tebiyinza kusikira bwakabaka bwa Katonda, so okuvunda tekusikira butavunda." ne mu 1 Yokaana 3:8 wagamba, "Akola ekibi wa setaani, kubanga okuva ku lubereberye, Setaani akola ebibi."

Tulina okujjukiranga nti bwe tukola emirimu gy'omubiri era ekisenge ky'ebibi wakati waffe ne Katonda ne kyeyongera okuwanvuwa, olwo nno tetusobola kusisinkana Katonda, okufuna okuddibwamu okuva eri okusaba kwaffe, oba okusikira obwakabaka bwa Katonda, nga lye Ggulu.

Kyokka, wadde wakkiriza Yesu Kristo era n'ofuna n'Omwoyo Omutukuvu, tekitegeeza nti osobola okweggyako emirimu gyonna egy'omubiri omulundi gumu. Naye ng'oyambibwako Omwoyo Omutukuvu, weetaaga okugezaako okutambulira mu bulamu obw'obutuukirivu, era osabe n'omuliro ogw'Omwoyo Omutukuvu. Olwo nno ojja kusobola okweggyako emirimu gy'omubiri gumu ku gumu. Ne bw'oba ng'okyalinamu emirimu gy'omubiri gy'otannasobola kweggyako, bw'ogezaako nga bw'osobola, Katonda tajja kukuyita omuntu ow'omubiri, wabula ajja kukuyita mwana We eyafuuka omutuukirivu olw'okukkiriza era ajja ku kukulembera eri obulokozi.

Naye kino tekitegeeza nti olina okusigala awo ng'ogenda mu maaso n'okukola emirimu egy'omubiri. Teweetaaga kweggyako emirimu gy'omubiri gyokka egirabika, wabula, weetaaga n'okweggyako ebintu eby'omubiri ebitalabika kungulu. Mu biseera by'Endagaano Enkadde, kyali kizibu okweggyako ebintu eby'omubiri kubanga Omwoyo Omutukuvu yali tanajja era nga baalina kukikola n'amaanyi gaabwe. Naye kati mu biseera by'Endagaano Empya, tusobola okweggyako ebintu eby'omubiri nga tuyambibwako Omwoyo Omutukvu era ne tutukuzibwa.

Kino kiri bwe kityo lwakuba, Yesu Kristo yatusonyiwa dda ebibi byaffe ng'ayiwa omusaayi Gwe ku musalaba era n'atusindikira Omwoyo Omutukuvu, Omuyambi. N'olwekyo nsaba nti mujja kufuna obuyambi bw'Omwoyo Omutukuvu era mweggyeko emirimu gyonna egy'Omubiri n'ebintu by'omubiri era musiimibwe okuba abaana ba Katonda abatuufu.

Essuula 4

"N'olwekyo Bala Ebibala Ebisaanidde mu Kwenenya"

"Awo ne bava e Yerusaalemi ne mu Buyudaaya wonna, n'ensi yonna erinaanye Yoludaani, ne bajja gy'ali. N'ababatiza mu mugga Yoludaani, nga baatula ebibi byabwe. Naye yalaba Abafalisaayo abangi n'Abasaddukayo abangi nga bajjirira okubatiza kwe n'abagamba nti, 'Mmwe abaana b'emisota, ani eyabalabula okudduka obusungu obugenda okujja? Mubale ebibala ebisaanidde okwenenya, temulowooza kwogera mu mitima nti, "Tulina Ibulayimu ye jjajjaffe"; kubanga mbagamba nti Katonda ayinza mu mayinja gano okugafuuliramu Ibulayimu abaana. Naye kaakano embazzi eteekeddwa ku kikolo ky'emiti, buli muti ogutabala bibala birungi, gunaatemebwa, gunaasuulibwa mu muliro.'"
(Matayo 3:5-10)

Yokaana yali nnabbi eyasooka okuzaalibwa nga Yesu tannaba 'era n'ategekera Mukama ekkubo'. Yokaana yamanya ekigendererwa ky'obulamu bwe. Kale, ekiseera bwe kyatuuka, n'alyoka annyiikira okusaasaanya amawulire ku Yesu, okujja kw'Omununuzi. Mu kiseera ekyo, Abayudaaya baali balindirira

Omununuzi eyali ow'okulokola eggwanga lyabwe. Eno yensonga lwaki Yokaana yakoowoola mu ddungu ly'e Buyudaaya, "Mwenenye; kubanga obwakabaka obw'omu ggulu bunaatera okutuuka!" (Matayo 3:2) Era abo abeenenya ebibi byabwe, yababatiza n'amazzi era n'abalung'amya eri okukkiriza Yesu Kristo ng'Omulokozi.

Matayo 3:11-12 wagamba, "Nze mbatiza na mazzi olw'okwenenya. Naye Oyo ajja ennyuma wange Ye ansinga amaanyi, sisaanira na kukwata ngato Ze, oyo alibabatiza n'Omwoyo Omutukuvu n'omuliro. Olugali Lwe luli mu mukono Gwe, naye alirongoosa nnyo egguuliro Lye, alikung'anyiza eng'ano mu ggwanika, naye ebisusunku alibyokya n'omuliro ogutazikira." Yokaana yali ategeeza abantu ng'ekiseera tekinnaba nti Yesu, Omwana wa Katonda eyajja eri ensi eno, nti ye Mulokozi waffe nti era yajja okufuuka omulamuzi waffe.

Yokaana bwe yalaba Abafalisaayo n'aba Saddukaayo nga bangi bajja okubatizibwa, kwe kubayita "abaana b'emisota" n'abalabula nga bw'abanenya. Kino yakikola kubanga okujjako nga babaze ebibala eby'okwenenya, baali tebajja kufuna bulokozi. Kale, kati katutunuulire era twetegereze okunenya kwa Yokaana tulabire ddala ebika by'ebibala bye twetaaga okubala okusobola okufuna obulokozi.

Mmwe abaana b'emisota

Bombi Abafalisaayo n'aba Saddukaayo baali bava mu nzikiriza ey'ekiyudaaya. Abafalisaayo beetwalanga nga 'abaayawulwako'. Era nga bakkiririza mu kuzuukira kw'abatuukirivu n'okusalira omusango ab'onoonyi; Bwe batyo amateeka ga Musa baagakwatanga bukusu wamu ne nnono saako obuwangwa bw'abakadde. Kale ng'ekitiibwa kyabwe mu bantu tekibuusibwa maaso.

Ku ludda olulala, Abasaddukaayo nga bo beetwalira waggulu era ng'essira lyabwe liri mu yeekaalu, era ng'endowooza zaabwe n'ennono bya njawulo ku by'Abafalisaayo. Nga bawagira embeera y'ebyobufuzi wansi w'obufuzi b'Abaruumi, era ne bagaana n'okukkiririza mu kuzuukira, omwoyo okubeera nti tegufa, bamalayika, n'ebitonde eby'omwoyo. Era nga n'obwakabaka bwa Katonda balaba nti bwakaseera buseera.

Mu Matayo 3:7, Yokaana Omubatiza anenya Abafalisaayo n'Abasaddukaayo ng'agamba nti, "Mmwe abaana b'emisota, ani eyabalabula okudduka obusungu obugenda okujja?" Olowooza lwaki Yokaana yabayita "abaana b'emisota", kyokka nga bo baali beetwala okubeera nti bakkiririza mu Katonda?

Abafalisaayo n'Abassaddukaayo baagambanga nti bakkiririza mu Katonda, era nga basomesa n'amateeka. Wabula, tebaamanya Mwana wa Katonda, Yesu. Yensonga lwaki Matayo 16:1-4 wagamba nti, "Abafalisaayo n'Abasaddukaayo ne bajja, ne bamukema ne bamusaba okubalaga akabonero okuva mu Ggulu. Naye n'addamu n'abagamba nti, 'Bwe buba akawungeezi, mugamba nti bunaaba bulungi kubanga eggulu limyuse. N'enkya nti wanaaba omuyaga leero, kubanga eggulu limyuse libindabinda. Mumanyi okwawula eggulu bwe lifaanana; naye temuyinza kwawula bubonero bwa biro? Ab'emirembe emibi era egy'obwenzi banoonya akabonero, so tebaliweebwa kabonero, wabula akabonero ka Yona, n'abaleka n'agenda."

Era, Matayo 9:32-34 wasoma nti, "Awo bwe baali bafuluma ne bamuleetera kasiru, ng'aliko dayimooni. N'agoba dayimooni, kasiru n'ayogera, ebibiina ne byewuunya, ne bigamba nti, 'Edda n'edda tewalabikanga bwe kiti mu Isiraeri.' Naye Abafalisaayo ne bagamba nti, 'Agoba dayimooni ku bwa mukulu wa dayimooni.'" Omuntu omulungi yandibadde asanyuka n'addiza Katonda ekitiibwa, Yesu bwe yagoba dayimooni. Naye Abafalisaayo baakyawa bukyayi Yesu era ne bamusalira omusango wamu n'okumukolokota, nga bagamba nti yali akola mulimu gwa setaani.

Mu Matayo essuula 12, tulaba ng'abantu banoonya engeri yonna ey'okuggulako Yesu omusango, nga bamubuuza nti oba kyali kituufu oba kikyamu okuwonya omuntu ku lunaku olwa Sabbiiti. Olw'okuba yamanya ebigendererwa byabwe, Yesu kwe kubawa eky'okulabirako ky'endiga eyagwa mu kinnya ku lunaku olwa ssabbiiti okusobola okubasomesa nti kituufu okukola omulimu omulungi ku lunaku olwa Ssabbiiti. Era n'awonya omusajja omukono gwe gwali gukaze. Kyokka mu kifo ky'okuyigira ku kino ekyaliwo, beekobaana okuggyawo Yesu. Kubanga Yesu yali akola ebintu bye baali tebayinza kukola, era nga baali bamukwatirwa obuggya.

1 Yokaana 3:9-10 wagamba, "Buli muntu yenna eyazaalibwa Katonda takola kibi, kubanga ensigo Ye ebeera mu ye, so tayinza kukola kibi, kubanga yazaalibwa Katonda. Ku kino abaana ba Katonda n'abaana ba Setaani kwe balabikira, buli muntu yenna atakola butuukirivu si wa Katonda, newakubadde atayagala muganda we." Kino kitegeeza nti omuntu oyo akola obubi si wa Katonda.

Abafalisaayo n'Abasaddukaayo baagambanga bwe bakkiririza mu Katonda, kyokka nga baali bajjudde obubi. Baakolanga ebintu eby'omubiri gamba nga, obuggya, obukyayi, amalala, okusala emisango n'okukolokota. Era baakolanga n'emirimu emirala egy'omubiri. Baatuusanga mukolo okugoberera amateeka naye ng'ekitiibwa banoonya kya nsi. Baali wansi w'emirimu gya Setaani, omusota ogwedda (Okubikkulirwa 12:9); Kale Yokaana Omubatiza bwe yabayita 'abaana b'emisota', kino kye yali ategeeza.

Bala ebibala ebisaanidde mu kwenenya

Bwe tubeera baana ba Katonda, tulina kutambulira mu musana kubanga Katonda Musana (1 Yokaana 1:5). Bwe tutambulira mu kizikiza, nga kino kikontana n'Omusana, tetubeera baana ba Katonda. Bwe tutatambulira mu butuukirivu, nga kye Kigambo kya Katonda, oba bwe tutayagala baganda baffe mu kukkiriza, olwo nno tetubeera ba Katonda (1 Yokaana 3:10). Abantu ng'abo tebasobola kufuna kuddibwamu eri okusaba kwabwe. Tebasobola kufuna bulokozi wadde okwerabira ku mirimu gya Katonda.

Yokaana 8:44 wagamba, "Mmwe muli ba kitammwe Setaani, era mwagala okukola okwegomba kwa kitammwe. Oyo okuva olubereberye ye mussi, so teyanywerera mu mazima, kubanga amazima tegaali mu ye. Bw'ayogera obulimba ayogera ekiva mu bibye, kubanga ye mulimba era kitaawe w'obulimba."

Olw'obujeemu bwa Adamu, abantu bonna bazaalibwa ng'abaana b'omulabe setaani, oyo omufuzi w'ekizikiza. Abo bokka abafuna okusonyiyibwa olw'okukkiririza mu Yesu Kristo be bazaalibwa obuggya ng'abaana ba Katonda. Kyokka bw'ogamba nti okkiririza mu Yesu Kristo kyokka ng'omutima gwo gugenda mu maaso n'okujjula ekibi wamu n'obubi, olwo nno obeera tosobola kuyitibwa mwana wa Katonda omutuufu.

Bwe tubeera twagala okufuuka abaana ba Katonda era tufune obulokozi, twetaaga okwenenya amangu emirimu gyaffe gyonna egy'omubiri n'ebintu eby'omubiri era tubale ebibala ebisaanidde okwenenya nga tutambulira mu kwagala kw'Omwoyo Omutukuvu.

Temulowooza kwogera mu mitima nti, "Tulina Ibulayimu ye jjajjaffe"

Bwe yamala okulabula Abafalisaayo n'Abasaddukaayo nti balina okubala ebibala ebisaanidde okwenenya, Yokaana

Omubatiza, ne yeeyongerayo okwogera nti, "temulowooza kwogera mu mitima nti, "Tulina Ibulayimu ye jjajjaffe"; kubanga mbagamba nti Katonda ayinza mu mayinja gano okugafuuliramu Ibulayimu abaana'" (Matayo 3:9).

Makulu ki ag'omwoyo agali emabega w'olunyiriri luno? Ezzadde lya Ibulayimu lirina okufaanana Ibulayimu. Kyokka obutafaananako na Ibulayimu, jjajja w'okukkiriza era omusajja omutuukirivu, bo Abafalisaayo n'abasaddukaayo baali bajjudde obujeemu n'obutali butuukirivu mu mitima gyabwe. Ng'eno bwe bakola obubi n'okugondera Setaani, kyokka nga bwe beetwala okubeera abaana ba Katonda. Eno yensonga lwaki Yokaana yabanenya era ng'abajuliza Ibulayimu. Katonda alaba munda ddala mu mitima gy'abantu, si ndabika ya kungulu (1 Samwiri 16:7).

Abaruumi 9:6-8 wasoma, "Naye si kubanga ekigambo kya Katonda kyavaawo. kubanga abava mu Isiraeri, si be Baisiraeri bonna. So si kubanga lye zzadde lya Ibulayimu, kye bava babeera abaana bonna, NAYE MU ISAAKA EZZADDE LYO MWE LINAAYITIRWANGA.' Kwe kugamba nti abaana ab'omubiri, abo si be baana Katonda, naye abaana b'okusuubiza be babalibwa okuba ezzadde."

Jjajja ffe Ibulayimu yalina abaana ab'obulenzi bangi; kyokka eryo lyokka ezzadde lya Isaaka be baafuuka ezzadde lya Ibulayimu abatuufu –ezzadde ery'ekisuubizo. Abafalisaayo n'Abasaddukaayo baali ba Isiraeri mu musaayi, kyokka obutafaananako na Ibulayimu, bo tebakuuma Kigambo kya Katonda. Kale mu mwoyo, baali tebayinza kukkirizibwa ng'abaana ba Ibulayimu abatuufu.

Mu ngeri y'emu, omuntu bwakkiriza Yesu Kristo era n'agenda ku kkanisa teitegeeza nti olwo yafuuse dda Omwana wa Katonda. Omwana wa Katonda y'oyo eyafuna obulokozi okuyita mu kukkiriza. Era, okubeera n'okukkiriza tekitegeea kuwulira buwulizi Ekigambo kya Katonda. Wabula kwe kukiteeka mu nkola. Bwe tubeera nga twatula n'akamwa kaffe nti tuli baana ba Katonda, kyokka ng'emitima gyaffe gijjudde obutali butuukirivu Katonda ekyo akikyawa, tetusobola kweyita n'abaana ba Katonda.

Singa Katonda yali yeetaaga baana abatambulira mu bubi, ng'Abafalisaayo n'Abasaddukaayo, Yandyerondedde amayinja agatalina bulamu ageetooloolera ku ttaka okubeera abaana Be. Naye okwo si kwe kwali okwagala kwa Katonda.

Katonda yali ayagala abaana basobola okugabana n'abo okwagala Kwe. Yali ayagala abaana nga Ibulayimu, abaayagala ennyo Katonda era ne bagondera ebigambo Bye mu bujjuvu era abaatambuliranga mu kwagala ekiseera kyonna. Kino kiri bwe kityo lwakuba abantu abategyako bubi mu mitima gyabwe emitima gyabwe tegisobola kuleetera Katonda essanyu ettuufu. Bwe tutambula ng'Abafalisaayo n'Abasaddukaayo nga tugoberera okwagala kwa Setaani mu kifo ky'okwagala kwa Katonda, olwo nno Katonda yali teyeetaaga kuteeka maanyi mangi mu kukola omuntu n'okumuteekateeka. Yandikutte amayinja n'agafuulamu ezzadde lya Ibulayimu!

"Buli muti ogutabala bibala birungi, gunaatemebwa, gunaasuulibwa mu muliro"

Yokaana Omubatiza yagamba Abafalisaayo n'Abasaddukaayo nti, "Naye kaakano embazzi eteekeddwa ku kikolo ky'emiti, buli muti ogutabala bibala birungi, gunaatemebwa, gunaasuulibwa mu muliro" (Matayo 3:10). Yokaana kyategeeza wano, kwe kuba nti olw'okuba Ekigambo kya Katonda kirangiriddwa, buli muntu ajja kusalirwa omusango okusinziira ku bikolwa bye. N'olwekyo omuti gwonna ogutabala bibala birungi—ng'Abafalisaayo n'Abawandiisi—bajja kusuulibwa mu muliro ogwa Ggeyeena.

Mu Mataayo 7:17-21, Yesu agamba, "Bwe kityo, buli muti omulungi gubala ebibala birungi, naye omuti omubi gubala ebibala bibi. Omuti omulungi teguyinza kubala bibala bibi, so n'omuti omubi teguyinza kubala bibala birungi. Buli muti ogutabala kibala kirungi bagutema bagusuula mu muliro. Kale mulibategeerera ku bibala byabwe. Buli muntu ang'amba nti, 'Mukama wange, Mukama wange,' si ye alingira mu bwakabaka obw'omu ggulu, wabula akola Kitange ali mu ggulu by'ayagala."

Yesu era ayogera mu Yokaana 15:5-6 nti, "Nze muzabbibu, mmwe matabi, abeera mu Nze, Nange mu ye, oyo abala ebibala bingi, kubanga awatali Nze temuliiko kye muyinza kukola. Omuntu bw'atabeera mu Nze, asuulibwa ebweru ng'ettabi, akala, bagakung'anya, bagasuula mu muliro, ne gaggya." Kino kitegeeza nti abaana ba Katonda abatambulira mu kwagala Kwe bajja kubala ebibala ebirungi era bajja kuyingira mu Ggulu, naye abantu abo abatakola kino baana ba setaani era bajja kusuulibwa mu muliro gwa Ggeyeena.

Bayibuli bweyogera ku Ggeyeena, ebiseera ebisinga ekigambo 'omuliro' kye kikozesebwa. Okubikkulirwa 21:8 wagamba, "Naye abati n'abatakkiriza, n'abagwagwa, n'abassi, n'abenzi, n'abalogo, n'abasinza ebifaananyi, n'abalimba bonna, omugabo gwabwe gulibeera mu nnyanja eyaka n'omuliro n'ekibiiriiti, kwe kufa okw'okubiri." Okufa okusooka bwe bulamu bw'omuntu obw'okungula nga buweddewo nga takyayinza kwenyeenya, ate okufa okw'okubiri kwe kubeera ng'omwoyo, nga ye mukama w'omuntu, gusaliddwa omusango era ne gugwa mu muliro ogw'olubeerera ogwa Ggeyeena ogutazikira.

Mu Ggeyeena mubeeramu omuliro n'ennyanja ey'omuliro, oba ennyanja erimu ekirungo ekyaka 'ng'ekibiriiti'. Abantu abo abatakkiririza mu Katonda, n'abo abagamba nti bamukkiririzaamu kyokka nga batambulira mu butali butuukirivu era nga tebabala bibala bya kwenenya nga tebalina webakwataganira na Katonda; bajja kugenda mu nnyanja ey'omuliro mu Ggeyeena. Kati abantu abo abaakola ekintu ekibi ennyo era nga kyesittaza okulowoozaako, oba nga yawakanya nnyo Katonda, oba yeefuula nnabbi naye nga wa bulimba n'aleetera abantu bangi okugenda mu Ggeyeena bajja kugwa mu nnyanja ey'omuliro ogw'ekirungo ekyaka ng'ekibiriiti, nga yo ekubisaamu emirundi musanvu mu kwokya okusinga ku y'omuliro (Okubikkulirwa 19:20).

Abamu bagamba nti kasita ofuna Omwoyo Omutukuvu era erinnya lyo ne liwandiikibwa mu Kitabo ky'obulamu, ojja kulokolebwa ka kibe ki. Kyokka, ekyo si kituufu. Okubikkulirwa 3:1 wasoma nti, "Mmanyi ebikolwa byo, ng'olina erinnya ery'okuba omulamu, naye oli mufu." Okubikkulirwa 3:5 wagamba nti, "Bwatyo awangula alyambazibwa engoye enjeru; So sirisangula n'akatono linnya lye mu kitabo ky'obulamu, era ndyatula erinnya lye mu maaso ga bamalayika Be." "Olina erinnya ery'okuba omulamu" kitegeeza abo abakkiriza Yesu Kristo era amannya gaabwe ne gawandiikibwa mu Kitabo eky'Obulamu. Kyokka, ebigambo biraga nti wadde guli gutyo, omuntu bwayonoona nakwata ekkubo ery'okuzikirira, erinnya lye lisobola okuwanduukululwa mu kitabo.

Mu Kuva 32:32-33, Tulaba nga Katonda munyiivu eri Abaisiraeri era abulako katono okubazikiriza olw'okusinza kwabwe ebifaananyi. Mu kiseera kino, Musa yali yeegayirira ku lwa baana ba Isiraeri nga yeegayirira Katonda abasonyiwe – wadde nga kyali kitegeeza okuwanduukulula erinnya lye mu Kitabo eky'obulamu. Eri ekyo, Katonda kwe kwogera nti,

"Buli eyannyonoonye Nze, oyo gwe nnaasangula mu kitabo Kyange" (Okuva 32:33). Kino kitegeeza nti, wadde erinnya lyo lyawandiikibwa mu kitabo, lisobola okusangulibwa kasita weesamba Katonda.

Mu Bayibuli yonna waliwo awantu wa mirundi mingi awoogera ku kwawula eng'ano ku bisusunku mu bakkiriza. Matayo 3:12 wagamba, "Olugali Lwe luli mu mukono Gwe, naye alirongoosa nnyo egguuliro Lye, alikung'aanyiza eng'ano mu ggwanika. naye ebisusunku alibyokya n'omuliro ogutazikira." ne mu Matayo 13:49-50 wagamba nti, "Bwe kityo bwe kiriba ku nkomerero y'ensi; bamalayika balijja balyawulamu abantu ababi mu batuukirivu, balibasuula mu kikoomi eky'omuliro, mwe muliba okukaaba amaziga n'okuluma obujiji."

Wano, "abatuukirivu" kitegeeza abakkiriza, so nga "ababi mu batuukirivu" kitegeeza abo abagamba nti batuukirivu ng'ebisusunku, balina okukkiriza okufu, nga kwe kukkiriza okutaliiko bikolwa. Abantu bano bajja kusuulibwa mu Ggeyeena.

Ekibala mu kwekuumira mu kwenenya

Yokaana Omubatiza yakubiriza abantu baleme kwenenya kyokka, wabula babale n'okubala ebibala okuva mu kwenenyanga. Olwo bibala ki by'oyinza okufuna mu kwenenya? Mwe muli ebibala eby'omusana, ebibala eby'Omwoyo Omutukuvu, n'ebibala eby'okwagala, nga bye bibala ebirungi eby'amazima.

Kino tusobola okukisomako mu Abaggalayita 5:22-23, "Naye ebibala eby'Omwoyo kwe; kwagala, okusanyuka, emirembe, okugumiikiriza, ekisa, obulungi, obwesigwa, obuwombeefu, okwegendereza ku biri ng'ebyo tewali mateeka." Ne mu Baefeso 5:9 wagamba, "Kubanga ebibala by'omusana biri mu bulungi bwonna, n'obutuukirivu n'amazima ..." Mu byonna bino, katutunuulire ebibala omwenda eby'Omwoyo Omutukuvu, nga kye kigyayo obulungi ekifaananyi kye 'bibala bino ebirungi'.

Ekibala ekisooka kwe kwagala. 1 Abakkolinso essuula 13 etubuulira okwagala okw'amazima kye kutegeeza ng'egamba nti "Okwo [okwagala] kugumiikiriza, kulina ekisa, okwagala tekuba na buggya, okwagala tekwekulumbaza, tekwegulumiza, tekukola bitasaana, tekunoonya byakwo, tekunyiiga, tekusiba bubi ku mwoyo, n'ebirala bingi" (olu. 4-5). Kwe kugamba nti, okwagala okutuufu okw'amazima kwe kwagala okw'omwoyo. Era, ekika ky'okwagala kino kye kibeeramu okufuuka ssaddaaka era ng'omuntu akulina, asobola okuwaayo obulamu bwe ku lw'obwakabaka bwa Katonda n'obutuukirivu Bwe. Omuntu asobola okufuna ekika ky'okwagala kino gyakoma okweggyako ebibi, obubi, n'obujeemu era n'afuuka atukuziddwa.

Ekibala eky'okubiri kye kibala oky'okusanyuka. Abantu abalina ekibala eky'okusanyuka basobola okusanyuka nga wadde ebintu si birungi, babeera basanyufu mu mbeera yonna. Bulijjo babeera basanyufu wakati mu ssuubi ery'Eggulu. N'olwekyo tebeerariikirira; era ekizibu ekibajjira ne bwe kibeera kifaanana kitya, basaba n'okukkiriza, bwe batyo ne bafuna okuddibwamu eri okusaba kwabwe. Olw'okuba bakkiriza nti Katonda Ayinza byonna ye Kitaabwe, basobola okusanyuka bulijjo, ne basaba obutalekaayo, era ne beebaza mu mbeera yonna.

Emirembe kye kibala eky'okusatu. Omuntu alina ekibala eky'ekika kino abeera n'omutima ogutakuubagana na muntu yenna. Olw'okuba abantu ng'abo tebabeera na bukyayi bwonna, okwagala okuyomba n'okulwana, okwerowoozaako bokka, oba okweyagaliza bokka, basobola okulowooza ku balala okusooka, ne yeewaayo ku lwabwe, n'abaweereza, era n'abayisa mu ngeri ey'ekisa. Era ekivaamu, basobola okufuna emirembe ekiseera kyonna.

Ekibala eky'okuna kwe kugumiikiriza. Okubala ekibala kino kitegeeza okubeera omugumiikiriza mu mazima okuyita mu kutegeera n'okusonyiwa. Kino tekitegeeza "kutunula nga" omugumiikiriza olw'okuba obusungu obuterese munda nga buli eyo gye bubimbira. Kitegeeza okweggyako obubi nga obusungu, n'ojjuzzaawo obulungi n'amazima. Kwe kubeera ng'osobola okutegeera buli kika kya muntu era ng'obawambaatira. Era, olw'okuba omuntu abala ekibala kino tabeera na kuwulira bubi mu ye, teweetaaga kubaawo bigambo nga "okusonyiwa" ne "okubeera omugumiikiriza" wadde. Ekibala kino tekituukira ku nkolagana ebaawo wakati w'abantu kyokka, wabula kikola ne mu muntu yennyini okubeera nga yeegumiikiriza mu kweggyako obubi mu mutima nga bwalindirira n'obugumiikiriza okutuuka okusaba n'okwegayirira ebyayimusibwa waggulu ewa Katonda lwe biriddibwamu.

Ekibala eky'okutaano, ekisa, kwe kubeera n'okutegeera eri ekintu oba omuntu omuzibu okutegeera. Ekisa kino era kwe kusonyiwa mu mbeera enzibu okusonyiwa. Bw'obeera weerowoozaako wekka era nga buli ssaawa olowooza ggwe mutuufu, tosobola kubala kibala kya kusaasira. Okuggyako nga ggwe wegyeewo, n'owambaatira abalala n'ebirala n'omutima omugazi, era n'olabirira abantu abalala n'okwagala, lw'osobola okutegeera era n'osonyiwa.

Ekibala eky'omukaaga bwe bulungi. Kwe kugoberera omutima gwa Kristo: omutima ogutayomba oba okwegulumiza; ogutamenya lumuli lumenyese wadde okuzikiza enfunzi. Guno gwe mutima ogw'amazima, ogwegyeeko buli kika kya bubi, nga bulijjo gunoonya bulungi mu Mwoyo Omutukuvu.

Ekibala eky'omusanvu kye kibala eky'obwesigwa. Bubeera bwesigwa okutuuka ku ssa ery'okufa – bwe kituuka ku kulwanyisa ekibi n'okukyeggyako, okusobola okufuna amazima mu mutima gwo. Era bubeera bwesigwa bwe kituuka ku kutuukiriza obuvunaanyizibwa bwo mu kkanisa, awaka, ku mulimu, oba obuvunaanyizibwa bwonna obulala bw'olina. Kwe kubeera omwesigwa mu byonna "mu nnyumba ya Katonda".

Ekibala eky'omunaana bwe buwombeefu. Okubeera n'ekibala eky'obuwombeefu kitegeeza okubeera n'omutima omugonvu nga ppamba, ogusobozesa omuntu okukkiriza buli kika kya muntu. Bw'ofuna omutima omuwombeefu, omuntu afaanana atya ne bwajja okukunyiiza, tojja kunyiiga, oba okuwulira obubi. Nga omuntu bwakasuka ejjinja eddene mu pampa, alikkiriza bukkiriza era n'alibika, bw'obala ekibala eky'obuwombeefu osobola okuwambaatira era n'obeera ekisiikirize ky'abantu bangi abajja gyoli nga banoonya ekifo ew'okuwummulira.

Ekisembayo, bw'obala ekibala eky'okwegendereza, osobola okubeera nga tokyukakyuka mu mbeera yonna mu bulamu bwo. Era n'obulamu obw'ekika ekyo, osobola okubala ebibala byonna ebituufu mu kiseera ekituufu. Bwotyo n'osobola okweyagalira mu bulamu obulungi era obw'omukisa.

Olw'okuba Katonda ayagala tubeere n'emitima emirungi bwe gityo, Yagamba mu Mataayo 5:14, "Mmwe muli musana gwa nsi," era mu lunyiriri 16, "...Kale omusana gwammwe gwakenga bwe gutyo mu maaso g'abantu, balabenga ebigambo ebirungi bye mukola, balyoke bagulumizenga Kitammwe ali mu ggulu." Bwe tuba nga tusobola okubala ebibala eby'Omusana nga bye bikwatagana n'okwenenya olw'okutambulira mu Musana, olwo nno obulungi n'obutuukirivu n'amazima binaakulukuta mu bulamu bwaffe (Abaefeso 5:9).

Abantu abaabala ebibala olw'okwekuumira mu kwenenya

Bwe twenenya ebibi byaffe era ne tubala ebibala olw'okwekuumira mu kwenenya, olwo nno Katonda ajja kukkiriza okukkiriza kuno era Atuwe omukisa ng'addamu okusaba kwaffe. Katonda asaasira bwe twenenya okuviira ddala ku ntobo y'emitima gyaffe.

Mu biseera bye eby'okubonaabona, Yobu yazuula obubi mu mutima gwe era ne yeenenya ng'akungubagira mu nfuufu n'evvu. Mu kiseera ekyo, Katonda yawonya amabwa gonna agaali ku mubiri gwe era n'aweebwa omukisa ogukubisaamu obugagga bwe yalina mu kusooka. Era naweebwa n'abaana abasinga obulungi ku be yalina mu kusooka (Yobu essuula 42). Yona bwe yeenenya ng'ali mu lubuto lwa lukwata, Katonda yamuwonya. Abantu b'e Ninevi baasiiba ne beenenya bwe baamala okufuna okulabulwa okuva eri Katonda nti obusungu bwa Katonda bunaaba ku bo olw'ebibi byabwe, era Katonda n'abasonyiwa (Yona essuula 2-3). Keezekiya, kabaka wa Yuda ey'omu maserengeta ow'e 13, yagambibwa Katonda nti, "Ogenda kufa so togenda kuwona." Kyokka, bwe yakaaba mu kwenenya, Katonda n'ayongezaayo obulamu bwe emyaka emirala 15 (2 Bassekabaka essuula 20).

Mu ngeri eno, kale omuntu ne bwakola ekintu ekibi, bwe yeenenya okuva ku ntobo y'omutima gwe, era n'aviira ddala ku bubi, Katonda akkiriza okwenenya okwo. Katonda awonya abantu Be, nga bwe kyawandiikibwa mu Zabuli 103:12, "Ebuvanjuba n'ebugwanjuba bwe biri ewala, bw'atyo bwatutadde ewala ebyonoono byaffe."

Mu 2 Bassekabaka essuula 4, waliwo omukazi eyali amanyiddwa ennyo ow'e Sunemu eyaweereza nnabbi Erisa mu bwesigwa ng'amusembezanga mu maka ge. Wadde teyasaba, yafuna omwana ow'obulenzi, gwe yali yayayaanira edda. Teyaweereza nti afune omukisa, wabula yaweereza Erisa kubanga yali ayagala nnyo n'okufa ku muweereza wa Katonda. Katonda yasanyukira ekikolwa kye ekirungi n'amuwa omukisa ogw'okuba olubuto.

Era, ne mu Bikolwa essuula 9, tulaba Tabbiisa, omukazi omuyigirizwa eyali ajjudde ebikolwa ebirungi n'ebintu bye yagabanga. Bwe yalwala ennyo n'afa, Katonda n'akozesa Peetero okumuzuukiza. Eri abaana abo ababala ebibala ebirungi, Katonda ayagala nnyo okuddamu okusaba kwabwe, n'okubawa ekisa Kye n'emikisa.

N'olwekyo tulina okumanya obulungi okwagala kwa Katonda, era tubale ebibala olw'okwekuumira mu kwenenya. Olwo nno tulina okugoberera omutima gwa Mukama waffe era tutambulire mu butuukirivu. Nga weetunulamu nga bwe weegeraageranya n'ekigambo kya Katonda kye kigamba, bwe wabaawo ekitundu ky'obulamu bwo kyonna ekitakwatagana na Kigambo kya Katonda, nsaba nti ojja kukomawo Gyali, bwotyo olyoke obale ebibala eby'Omwoyo Omutukuvu, ebibala eby'Omusana, n'ebibala eby'okwagala, osobole okufuna okuddibwamu eri okusaba kwo kwonna.

Amakulu g'ebigambo

Enjawulo wakati w'ekibi n'obubi

"Ekibi" kye kikolwa kyonna ekitakwagana na kukkiriza. Bwe butakola ekintu ekituufu kyokka ng'okimanyi nti kye kintu ekituufu okukola. Okutwaliza awamu, buli kintu kyonna ekitakwatagana na kukkiriza kiba kibi; n'olwekyo obutakkiririza mu Yesu Kristo kye kibi ekikyasinze obunene.

"Obubi" kye kintu kyonna ekitakkirizibwa bwe kigeraageranyizibwa n'Ekigambo kya Katonda, kwe kugamba, kye kintu kyonna ekikontana n'amazima. Y'embala y'ekibi etuula mu mutima. Na bwe kityo, ekibi kyeraga Iwatu, kirabibwa kungulu, era nga kwe balabira obubi obuli munda mu mutima gw'omuntu. Obubi tebulabibwa n'amaaso; n'olwekyo ekibi kiva ku bubi obuli mu mutima gw'omuntu.

Obulungi kye ki?

Mu nkuluze, obulungi "y'embeera y'okubeera omulungi, okuba n'empisa, n'okuba ow'omugaso". Kyokka, okusinziira ku mutima gw'omuntu, buli omu obulungi abulaba bubwe. N'olwekyo kye bayita obulungi kirina kusangibwa mu Kigambo kya Katonda nga Ye bwe Bulungi bwe nnyini. N'olwekyo, obulungi ge mazima, nga kye Kigambo kya Katonda. Kwe kwagala Kwe kwennyini n'ebirowoozo.

~ Essuula 5 ~

"Mukyawenga Obubi; Mwegattenga n'Obulungi."

"Okwagala kubeerenga kwa mazima.
Mukyawenga obubi; mwegattenga
n'obulungi."
(Abaruumi 12:9)

Mu nnaku zino tusobola okulaba obubi wakati w'abazadde n'abaana baabwe, wakati w'abafumbo, wakati w'ab'oluganda ne wakati w'ab'omuliraano. Abantu ne bakubang'ana mu mbuga z'amateeka olw'eby'obusika, ate mu mbeera ezimu, abantu balya mu balala olukwe olw'okweyagaliza bokka. Kino tekireetera abo abalala okutandika okubalaba obubi kyokka, wabula n'abo be nnyini abakikoze kibaleetera obulumi bungi. Eno yensonga lwaki Katonda agamba nti, "Mwewalenga buli ngeri ya bubi" (1 Abasessaloniika 5:22).

Ensi eyita omuntu 'omulungi' bw'aba n'empisa era ng'ebintu abikola nga bwe babyagala. Kyokka, eriyo embeera nga empisa z'omuntu 'ennungi' ne byakola bwe bigeraageranyizibwa n'Ekigambo kya Katonda tebibeera birungi. Era, eriyo ekiseera nga bikontanira ddala n'okwagala kwa Katonda. Amazima gamu ge tulina okujjukiranga wano, kwe kubeera nti Ekigambo kya Katonda—era nga Kigambo Kye kyokka—kye kipimo kwe tulina okulabira 'obulungi'. N'olwekyo, buli kintu oba ekintu kyonna ekitakwatagana butereevu na kwagala kwa Katonda bubeera bubi.

Olwo njawulo ki eri wakati w'ekibi n'obubi? Ebintu bino ebibiri biringa ebifaanagana, naye nga bya njawulo. Eky'okulabirako, Bwe tukozesa omuti ng'eky'okulabirako, obubi bubeera ng'emirandira egiri wansi ddala era tegirabika, kyokka ekibi kye kiringa ekitundu ekirabika eky'omuti, nga g'ematabi, ebikoola, n'ebibala. Nga omuti bwe gusobola okubeera omulamu olw'emirandira, omuntu ayonoona olw'obubi obuli munda mu ye. Obubi y'emu ku mbala eri mu mutima gw'omuntu, era buzingiramu embala zonna n'embeera ezikontana ne Katonda. Obubi buno bwe buteekebwa mu nkola mu ngeri ey'ekirowoozo oba ekikolwa olwo nno kwe kuyitibwa "ekibi".

Engeri obubi gye buvaayo ng'ekibi

Lukka 6:45 wagamba, "Omuntu omulungi ekirungi akiggya mu tterekero eddungi ery'omutima gwe; n'omubi ekibi akiggya mu tterekero ebbi, kubanga ku ebyo ebijjula mu mutima akamwa ke bye koogera." Singa 'obukyayi' bubeera mu mutima, buvaayo ng'ebigambo 'ebikiina', 'ebikambwe', oba ebibi ebirala nga bino. Okusobola okulaba engeri obubi obuli munda mu mutima bwe buvaayo mu ngeri ey'ekibi, katwekenneenye Dawudi ne Yuda Isukaliyooti.

Lwali lumu akawungeezi, Kabaka Dawudi yali atambulatambula waggulu ku nnyumba ye mu lubiri, n'alengera omukazi eyali anaaba n'akemebwa. N'amutumya era n'akola obwenzi naye. Omukazi oyo erinnya lye ye yali Basuseba, era mu kiseera ekyo, omwami we, Uliya, yali taliiyo kubanga yali agenze mu lutalo. Dawudi bwe yakitegeera nti Basuseba ali lubuto, n'ayiiya okulaba nti Uliya attibwa mu lutalo wakati bwatyo ne yeddiza Basuseba nga mukyala we.

Kituufu Dawudi yalonda Uliya okukulemberamu abalwanyi—era nga ye yennyini si ye yamutta—era mu kiseera ekyo, nga kabaka, Dawudi yali alina obuyinza n'amaanyi okubeera n'omukyala yenna gwayagala. Kyokka, mu mutima gwa Dawudi, yalina ekigendererwa ekirambulukufu obulungi okulaba nti Uliya attibwa. Mu ngeri eno, bw'oba n'obubi mu ngeri emu oba endala mu mutima gwo, osobola okwonoona ekiseera kyonna.

Era ekyava mu kibi ekyo, mutabani wa Dawudi gwe yazaala mu Basuseba yafa; ate mutabani we omulala, Abusaalomu, yamaliriza amuliddemu olukwe n'okwagala okumuggya ku ntebe. Era ekyavaamu, Dawudi yalina okudduka, era Abusaalomu n'akola ekivve bwe yeebaka ne baka kitaawe mu maaso g'abantu be emisana ttuku. Olwa kino ekyabaawo, abantu bangi mu bwakabaka baafa, omuli ne Abusaalomu. Ekibi ky'obwenzi n'okutta kyaleeta okubonaabona kungi eri Dawudi n'abantu be.

Yuda Isukalyoti, omu ku bayigirizwa ba Yesu ekkumi n'ababiri, kyakulabirako kikulu nnyo eky'omuntu ow'enkwe. Mu myaka 3 gye yamala ne Yesu, yalaba buli kika kya byamagero nga ddala biyinza kutuukawo lwa maanyi ga Katonda. Ye yakwatanga ensawo y'ensimbi mu bayigirizwa bonna, kyokka yalemererwa okweggyako okweyagaliza mu mutima ggwe, era bulijjo yabeeranga atoolako ku nsimbi ze yaterekanga n'azikozesa ebibye. Era ekyavaamu, okweyagaliza kwe kwamuviirako okulya mu muyigirizwa we olukwe, era okulumizibwa kwe yafuna kwamuviirako okwetuga.

Kale bwe mubaamu obubi mu mutima gwo, toyinza kumanya bulivaayo mu kikula ki. Obubi ne bwe bubeera butono butya, bwe bugenda bukula, Setaani asobola okubukozesa, n'akuleetera okukola ekibi nga naawe tosobola kukyewala. Osobola okumaliriza ng'olidde mu muntu omulala olukwe, oba ne Katonda. Ekika ky'obubi kino kireeta obulumi n'okubonaabona gyoli n'abantu abakwetooloodde. Eno yensonga lwaki olina okukyawa obubi era weggyeko buli bubi n'obwo obusemberayo ddala obutono. Bwokyawa obubi, ddala ojja ku bwesamba wala, tojja kubulowoozaako, era tojja kubuteeka mu nkola. Ojja kukola bulungi bwereere. Eno yensonga lwaki Katonda yagamba tukyawenge obubi.

Ensonga lwaki endwadde, ebigezo, okusoomozebwa n'okubonaabona bijja gye tuli lwakuba tukola emirimu gy'omubiri nga tukkiriza obubi obuli munda mu mitima gyaffe okuteekebwa mu nkola ng'ekibi. Tetufuga mitima gyaffe era ne tukola emirimu gy'omubiri, tubeera tetwawukana na nsolo mu maaso ga Katonda. Era bwe kibeera bwe kityo, ejja kubaayo obusungu bwa Katonda, era atukangavvule, tusobole okuddamu okubeera ng'abantu, so si ng'ensolo.

Okweggyako obubi okusobola okufuuka omuntu ow'obulungi

Ebigezo n'okusoomoozebwa tebijja olw'ebirowoozo ebitaliimu mazima oba ebintu eby'omubiri ebiri mu mutima gwaffe. Naye ebirowoozo bisobola okukula n'ebifuuka emirimu gy'omubiri (ebikolwa ebibi) ekiseera kyonna, nga n'olwekyo tulina okweggyako ebintu eby'omubiri.

Okusingira ddala, omuntu bwatakkiririza mu Katonda ne bw'aba amaze okulaba ku by'amagero ebiva Gyali, bubeera bubi mu bubi bwonna. Mu Matayo 11:20-24, Yesu Yanakuwalira ebibuga ewaakolebwa eby'amagero Bye ebisinga obungi, kyokka abantu baamu ne bateenenya. Eri Kolaziini ne Besusayida, Yesu yagamba, "Zirikusanga ggwe," era n'abalabula nti, "Mbagamba nti ku lunaku olw'omusango Ttuulo ne Sidoni baliba n'okubonyaabonyezebwa okuligumiikirizika okusinga mmwe." Ate eri Kaperunawumu n'abagamba, "Ku lunaku olw'omusango, ensi y'e Sidomu eriba n'okubonyaabonyezebwa okugumiikirizika okusinga ggwe."

Ttuulo ne Sidoni byali bibuga bibiri eby'abamawanga. Besusayida ne Kolaziini bibuga by'Abaisiraeri ebiri eky'engulu w'ennyanja ye Galiraaya. Besusayida era kye kibuga omwazaalibwa basatu ku bayigirizwa: Peetero, Andereya, ne Firipo. Eno Yesu gye yazibulira omusajja omuzibe amaaso, era gye yakolera eky'amagero ekitayinza kwerabirwa eby'ennyanja ebibiri, n'emigaati etaano gye byamala abasajja 5,000. Olw'okuba baali balabye ku by'amagero ebyali bibawa obukakafu bwonna bwe baali beetaaga okusobola okukkiririza mu Yesu, bandibadde bagoberera, beenenya, n'okweggyako obubi okuva mu mitima gyabwe okusinziira ku kusomesa Kwe. Naye kino tebaakikola. Yensonga lwaki yabakwatirwa ennaku ng'abanenya.

Bwe kityo bwe kiba n'eri ffe olwaleero. Omuntu bwe yeerabira ku bubonero n'ebyewuunyo nga bikolebwa omuntu wa Katonda n'agaana okukkiririza mu Katonda, kyokka n'adda mu kukolokota embeera n'okusonga ennwe mu muntu wa Katonda, olwo nno omuntu oyo abeera alaga obukakafu nti mu mutima ggwe mulimu obubi. Naye olwo lwaki abantu babeera tebakkiriza? Kiri bwe kityo lwakuba balina okugonda era ne beggyako ebintu eby'omubiri ekintu kye batakola. Kyokka badda mu kukola emirimu gy'omubiri era ne b'onoona. Gye bakoma okwonoona, gye bakoma obutafaayo n'okusirizibwa emitima. Emitima gyabwe gibeera tegikyaswala wadde okulowooza ku kintu kyonna, bwe gityo ne gisiriizibwa ekyuma ekyokya.

Wadde Katonda abalaga ebyamagero okubeera nga babyerabirako, abantu nga bano tebasobola kufuna kutegeera n'okukkiriza. Era engeri gye watabeera kutegeera, tebasobola kwenenya, era olw'okuba tebeenenya, tebasobola kukkiriza Yesu Kristo. Kino kiringa bw'olaba omuntu abba. Mu kusooka, omuntu oyo abeera atya nnyo okubba n'akantu akatono ennyo; naye bwakola ekikolwa ekyo emirundi egiwera, ne bw'abba ekintu ekinene ekyenkana kitya tawulira kulumirizibwa kwonna, kubanga omutima gwe gugumye gyakomye okugenda ng'abba.

Bwe tuba nga twagala Katonda, kibeera kisaanidde ffe okweggyako obubi bwonna n'okwegattanga ku bulungi. Okusobola okukola kino, tulina okusooka okulekayo okukola emirimu gyonna egy'omubiri oluvannyuma tweggyeko n'ebintu byonna eby'omubiri mu mutima gwaffe.

Era bwe tubeera mu lugendo luno olw'okweggyako ebibi n'obubi, tusobola okuzimba enkolagana ne Katonda era ne tufuna okwagala Kwe (1 Yokaana 1:7, 3:9). Amaaso gaffe bulijjo gabeera galaga essanyu ery'ekitalo n'okwebaza, tusobola okufuna okuwonyezebwa endwadde yonna, tusobola n'okufuna eky'okuddamu eri ebizibu byonna bye tuyinza okuba n'abyo mu maka gaffe, ku mulimu, mu bizinensi, n'ebirala.

Omulembe omubi era omwenzi oguyaayaanira akabonero

Mu Matayo 2:38-39, tulaba abamu ku Bawandiisi n'Abafalisaayo ng'abagamba Yesu abalage akabonero. Yesu n'abaddamu nti omulembe omwenzi era omubi gwe guyaayaana okulaba ku kabonero. Eky'okulabirako, eriyo abantu abagamba, "Katonda wange bw'ondaga, ddala nja kukkiriza," oba "bw'onoozuukiza omuntu afudde, ddala Katonda nja kukkiriza." Abantu bano teboogera bino n'omutima omulungi ddala ogunoonya okukkiriza. Kino bakikola olw'okuba babuusabuusa.

Kale enkola eno ey'obutakkiririza mu mazima, oba ey'okubuusabuusa omuntu akusingako, oba okubeera n'okuyaayaana okw'okusambajja ekintu kyonna ekitakkiriziganya na kulowooza kwabwe oba endowooza yaabwe, byonna biva mu mbala ey'obwenzi obw'omwoyo. Eno nga bagaanyi okwenenya, abantu abaali bagala okulaba ku kabonero beekobaana okulaba nti babeerako ensobi gye basanga mu Yesu—okusobola okumuggulako emisango.

Abantu gye bakoma okwerowoozaako nti bye bakola bye bituufu, okwemanya, n'okweyagaliza, n'omulembe gwabwe gye gukoma okubeera omwenzi. Okukulaakulana gye kukoma okweyongera, nga bwe kiri olwaleero, abantu bangi gye bakoma okusaba obubonero. Kyokka wadde guli gutyo, eriyo abantu bangi abalaba obubonero kyokka era ne batakkiriza! Seewuunya lwaki omulembe guno gubonerezebwa olw'okuba omubi era omwenzi!

Bw'okyawa ekibi, tojja kutambulira mu bubi. Obubi bwe bukugwako, ojja kubunaabako. Ekibi n'obubi, nga bye bivunza emmeeme era ne bigitwala eri ekkubo ery'okufa, bisingako n'obuccaafu, okuwunya, n'okwenyinyaza okusinga ku bubi bw'abantu. Tetusobola kugeraageranya obubi bw'omuntu ku kwenyinyaza kw'ekibi.

Olwo tulina kukyawa bubi bwa kika ki bwe nnyini? Mu Matayo essula 23, Yesu Anenya Abawandiisi n'Abafalisayao ng'agamba nti, "Zibasanze mmwe..." Akozesa ebigambo nga "Zibasanze mmwe," okulaga nti tebajja kufuna bulokozi. Era ensonga tujja kuzaawulamu emirundi musanvu era twongera okuzekenneenta mu bujjuvu.

Ebika by'obubi bye tulina okukyawa

1. Okuggalawo olugi olw'omu Ggulu abantu abalala baleme okuyingira,

Mu Matayo 23:13, Yesu agamba nti, "Ziribasanga mmwe, abawandiisi n'Abafalisaayo, bannanfuusi! kubanga muggalira obwakabaka obw'omu ggulu mu maaso g'abantu; kubanga mmwe temuyingira, n'abo ababa bayingira temubaganya kuyingira."

Abawandiisi n'Abafalisaayo baamanya era ne bawandiika ebigambo bya Katonda era ne beefuula abakuuma ekigambo kya Katonda. Naye emitima gyabwe gyali gyaguma, era ng'emirimu gya Katonda bagikolako kungulu—bwe batyo, kwe kunenyezebwa. Wadde baali beeyisa ng'abatuukirivu ku ngulu, emitima gyabwe gyali gijjudde obujeemu n'obubi. Bwe baalaba nga Yesu akola eby'amagero ebitasobola kukolebwa bantu, mu kifo ky'okutegeera Yali ani abikola, n'okujaganya, ate badda mu kufuba kulaba nti bamuwakanya. Era beebakulemberamu n'okufa Kwe.

Kino kituukira ne ku bantu ab'omulembe guno. Abantu abagamba nti bakkiririza mu Yesu Kristo kyokka nga tebatambulira mu bulamu bulaga ekyo kye boogera. Bw'oleetera omuntu okwogera nti, "Saagala kukkiririza mu Yesu, olw'abantu abalinga mmwe," olwo nno obeera muntu ayimiridde mu mulyango gw'obwakabaka obw'omu ggulu. Nga ggwe kennyini toyingira Ggulu; kyokka n'abagezaako okuyingira tobaganya.

Abantu abagamba nti bakkiririza mu Katonda, kyokka ne bagenda mu maaso n'okwekkiriranya n'ensi n'abo bamu ku Yesu be yanenya. Ng'ebifo by'ekkanisa eby'enjawulo bwe biri, omuntu alina ekitiibwa mu kkanisa ng'ali mu kifo ky'okusomesa abalala ate bw'akyawa omulala, n'ebeera n'obusungu, oba n'atambulira mu bujeemu, Omukristaayo omuggya kino anaatunuulira atya omuntu ng'ono n'okumwesiga, gamba n'okumuwa ekitiibwa? Ebiseera ebisinga bajja kuggwamu amaanyi era bayinza n'okufiirwa okukkiriza kwabwe. Mu batali bakkiriza, bwe mubaamu abo abalemesa abaami baabwe oba abakyala baabwe okukula mu kukkiriza nga bwe babadde bagezaako, nga babayigganya oba ne babaleetera okukola obubi ne beenyigira mu kibi ekyo, n'abo bajja kugambibwa nti "Zibasanze" okubonerezebwa.

2. Omuntu bwakyusibwa, ate n'afuulibwa omwana wa Ggeyeena okusinga ne bwe yali

Mu Matayo 23:15, Yesu agamba, "Ziribasanga mmwe, abawandiisi n'Abafalisaayo, bannanfuusi! kubanga mwetooloola mu nnyanja ne ku lukalu okukyusa omuntu omu, naye bw'alabika, mumufuula mwana wa Ggeyeena emirundi ebiri okukira mmwe."

Waliwo enjogera ey'edda egamba nti 'muka mwana eyabonyaabonyezebwa ennyo nnyazaala we, naye ajja kulumya nnyo muka mwana we'. Omuntu ky'alaba n'okuyitamu bwe kinywera mu bwongo bwe, ne mu birowoozo, abeera yeeyisa ng'ekyo kye yalabye. Yensonga lwaki, ky'oyiga ne ani gw'okiyigiddeko kikulu nnyo. Bw'oyigira entambula y'Ekikristaayo ku bantu ng'Abawandiisi n'Abafalisaayo, obeera nga muzibe asomesa muzibe munne, ojja kugwa mu bubi wamu n'abo.

Eky'okulabirako, omukulembeze buli ssaawa bwabeera mu kukolokota abalala, okukola ku balala olugambo n'okwogera obubi, abakkiriza nga bamuyigirako n'abo bajja kwonoonebwa ebikolwa bye, era bonna wamu bajja kukwata ekkubo ery'okufa. Mu bitundu gye tubeera, abaana abakula n'abazadde ababeera mu kulwana buli ssaawa n'okwekyawa ebiseera ebisinga bawabizibwa okusinga abaana abakulidde mu maka omuli emirembe.

N'olwekyo, abazadde, abasomesa, n'abakulembeze abalala balina okubeera abeegendereza kubanga balina okubeera eby'okulabirako ebirungi, okusinga omuntu omulala yenna. Ebigambo n'ebikolwa eby'abantu nga bano bwe bibeera si birungi kulabirako, biyinza okuviirako abalala okwesittala. Ne mu kkanisa, waliwo gy'osanga ng'omuweereza oba omukulembeze si kyakulabirako kirungi, era ne bamaliriza nga balemesezza okudda obuggya oba okukula kw'abantu abali mu bubiina bwabwe obutonotono, ebitongole eby'enjawulo, oba n'ekibiina kyonna. Tulina okwetunulamu, bwe tukizuula nti kino kye tukola, tulina okukimanya nti tetwereetera buzibu ffe ffekka, wabula n'abalala, tubaleetera okufuuka abaana ba Ggeyeena.

3. Okubuulira abantu okwagala kwa Katonda mu ngeri enkyamu olw'okweyagaliza n'obulimba

Mu Matayo 23:16-22, Yesu agamba, "Ziribasanga mmwe, abasaale abazibe b'amaaso, abagamba nti, 'Buli anaalayiranga yeekaalu, nga si kintu, naye buli anaalayiranga ezaabu ey'omu yeekaalu, ng'azzizza omusango. Mmwe abasiru era abazibe b'amaaso! kubanga ekikira obukulu kiri wa, ezaabu oba yeekaalu etukuza ezzaabu? Oba mugamba, 'Omuntu bwanaalayiranga ekyoto, nga si kintu, naye buli anaalayiranga ekitone ekiriko, ng'azzizza omusango. Mmwe abazibe b'amaaso, kubanga ekikira obukulu kiruwa, ekitone, oba ekyoto ekitukuza ekitone? Naye alayira ekyoto alayira kyo. Ne byonna ebiriko. Naye alayira yeekaalu, alayira yo, n'oyo atuula omwo. Naye alayira eggulu, alayira ntebe ya Katonda n'oyo agituulako."

Obubaka buno bwe bulabula n'okunenya abo bonna abasomesa okwagala kwa Katonda mu ngeri enkyamu olw'okweyagaliza, obulimba, okwefaako bokka mu mutima. Omuntu nga bwalayira oba n'akola ekisuubizo eri Katonda, abasomesa baalinanga okumusomesa okukuumanga ekisuubizo kye n'obweyamo eri Katonda, naye bano baasomesanga nti ekisuubizo n'obweyamo obulina okutuukirizibwa bwe bwo obukwatagana ne sente, oba ebyo ebikwatikakao. Omuweereza bwalekayo okusomesa abantu okutambulira mu mazima essira n'aliteeka ku kukung'anya kiweebwayo, olwo abeera afuuse omukulembeze omuzibe.

Nga tannayogera ku kintu ekirala kyonna, omukulembeze alina kusooka kusomesa abantu okwenenya ebibi byabwe, n'okuteekateeka obutuukirivu bwa Katonda, asobole okuyingira obwakabaka obw'omu ggulu. Okulayiriranga yeekaalu, Yesu Kristo, ekyoto, n'entebe ey'omu Ggulu byonna bye bimu, nga n'olwekyo omuntu alayiridde ekimu ku byo, alina okukakasa nti akuuma okulayira n'obweyamo bwe.

4. Okulekayo ebigambo ebikulu eby'amateeka

Mu Matayo 23:23-24, Yesu agamba, "Ziribasanga mmwe,

abawandiisi n'Abafalisaayo, bannanfuusi! Kubanga muwa ekitundu eky'ekkumi ekya nnabbugira ne aneta ne kkumino, ne mulekayo ebigambo ebikulu eby'amateeka, obutalyanga nsonga n'ekisa n'okukkirizanga, naye bino kyabagwanira okubikola, era na biri obutabirekaayo. Mmwe abasaale abazibe b'amaaso abasengejja ensiri, ne mumira eng'amira!"

Omuntu akkiririza ddala mu Katonda ajja kuwaayo ekimu eky'ekkumi mu bujjuvu. Bwe tuwaayo ekimu eky'ekkumi mu bujjuvu bwakyo, tufuna emikisa; naye bwe tutakikola, tubeera tubba Katonda (Malaki 3:8-10). Weewaawo, abawandiisi n'Abafalisaayo baawangayo ekimu eky'ekkumi kyabwe; naye Yesu yabasekerera olw'okulekayo okuba abeenkanya, abasaasizi, era abeesigwa. Olwo kitegeeza ki okulekayo okubeera omwenkanya, ow'ekisa, era omwesigwa?

'Obwenkanya' kabonero akalaga okweggyako obubi, okutambulira mu Kigambo kya Katonda, n'okumugondera n'okukkiriza. 'okugonda', okusinziira ku kipimo ky'ensi kwe kugonda mu kukola ekintu kyosobola okukola. Kyokka, mu mazima, 'okugonda' kwe kugonda n'okukola ebintu ebirabika ng'ebitasoboka.

Mu Bayibuli, bannabbi abaasiimibwa Katonda baagonderanga ebigambo Bye n'okukkiriza. Baayawulamu Ennyanja Emyufu, ne basuula ekisenge ky'e Yeriko, era ne basirisa okutambula kw'Omugga Yoludaani. Singa baali bataddemu okutegeera kwabwe okw'obuntu mu mbeera ezo, ebintu bino tebyandibaddewo. Naye n'okukkiriza, baagondera Katonda ne babisobozesa okubaawo.

'Okusaasira' kwe kutuukiriza obuvunaanyizibwa bwo ng'omuntu mu mbeera zonna ez'obulamu bwo. Waliwo empisa ezisookerwako mu nsi eno, abantu ze batera okugondera okusobola okubeera ng'abantu. Kyokka, ebipimo bino tebituukiridde. Wadde omuntu alabika ng'ow'empisa era omugunjufu ku ngulu, bw'abeera n'obubi munda mu ye, tetusobola kugamba nti ddala mugunjufu. Ffe okusobola okutambulira mu bulamu obusaanidde, twetaaga okukola ebyo byonna ebigwanira omuntu, nga kwe kugondera amateeka ga Katonda (Omubuulizi 12:13).

Era, 'obwesigwa' kwe kugabanira awamu obuzaaliranwa bwa Katonda okuyita mu kukkiriza (2 Peetero 1:4). Ekigendererwa kya Katonda mu kutonda eggulu n'ensi, n'ebintu byonna ebirimu, wamu n'abantu, kwe kufuna abaana abatuufu abasitudde omutima Gwe. Katonda yatugamba tubeere b'amazima, nga Ye bwali ow'amazima, n'okubeera abatuukiridde, nga Ye bwatuukiridde. Tetulina kulabika bulabisi ng'abalongoofu. Okujjako nga twegiddeko ddala obubi mu mutima gwaffe n'okugondera mu bujjuvu amateeka Ge, lw'etusobola okwenyigira mu buzaaliranwa bwa Katonda.

Kyokka bbo, abawandiisi n'Abafalisaayo mu kiseera kya Yesu tebaafanga ku kubeera benkanya, abasaasizi n'okubeera abeesigwa, nga bafa ku kimu ku biweebwayo ne ssaddaaka. Katonda asanyukira nnyo emmeeme emenyese, okusinga ssaddaaka eziweebwayo n'omutima ogutaliimu mazima (Zabuli 51:16-17). Kyokka bo baasomesanga ekintu ekyali tekikwatagana na kwagala kwa Katonda. Omuntu ali mu kifo eky'okusomesa alina kusooka kunokolayo ebibi by'abantu, N'abayamba babale ebibala olw'okwenenya, era n'abakulembera eri okubeera n'emirembe ne Katonda. Oluvannyuma lw'ekyo, balina okusomesa ku kuwaayo ekimu eky'ekkumi, engeri ey'okusinzaamu, okusaba n'ebiringa ebyo, okutuuka nga batuuse ku bulokozi obutuukiridde.

5. Okunaaza ku ngulu ku kikompe n'ekibya, naye nga munda mujjudde obunyazi n'obuteegendereza

Mu Matayo 23:25-26, Yesu yagamba, "Ziribasanga mmwe,

abawandiisi n'Abafalisaayo, bannanfuusi! Kubanga munaaza kungulu ku kikompe n'ekibya, naye munda mujjudde obunyazi n'obuteegendereza. Ggwe omufalisaayo omuzibe, sooka onaaze munda mu kikompe n'ekibya, ne kungulu kwa kyo kulyoke kube kulungi."

Bw'otunuulira egiraasi etangalijja obulungi, ebeera nnyonjo bulungi era ng'erabika bulungi. Kyokka kisinziira ky'ogitaddemu, kye kigireetera okwongera okumyansa oba okubeera ng'eddugala. Bw'oteekamu amazzi amaccaafu, era efuuka giraasi eddugala. Mu ngeri y'emu, omuntu ne bw'alabika nga omuntu wa Katonda kungulu, omutima gwe bwe gubeera nga gujjude obubi, Katonda oyo atunuulira emitima, ajja kulaba obubi bwonna obuli munda, era alabe ng'omuntu oyo addugala.

Ne mu nkolagana ebeerawo wakati w'abantu, omuntu ne bw'abeera yeyonjeza atya, era ng'ayambadde bulungi nnyo, nga yeeyisa ng'omugunjufu kungulu, bwe tukizuula nti ajjudde obukyayi, ettima, obuggya, n'obubi obwa buli kika, obukyafu obwo tubeera tubuwulira era n'okuswala. Olwo ate Katonda, oyo omutuukirivu era amazima gennyini, anaawulira atya, ng'alabye abantu nga bano? N'olwekyo tulina okwetunulamu nga tukozesa Ekigambo kya Katonda era twenenye obubi bwaffe bwonna n'okwerowoozaako ffekka, era tufube nga bwe tusobola okufuna omutima omuyonjo. Bwe tutambulira mu Kigambo kya Katonda era ne tugenda mu maaso okweggyako ebibi, emitima gyaffe gijja kuyonjowala, kale n'endabika yaffe ey'okungulu bwetyo, ejja kuyonjowala yokka n'okufuuka entukuvu.

6. Okufaanana amalaalo agasiigibwa okutukula

Mu Matayo 23:27-28, Yesu agamba, "Ziribasanga mmwe, abawandiisi n'Abafalisaayo, bannanfuusi! Kubanga mufaanana amalaalo agasiigibwa okutukula, agalabika kungulu nga gawoomye, naye munda mujjudde amagumba g'abafu n'empitambi yonna. Bwe mutyo nammwe kungulu mulabika mu bantu nga muli batuukirivu, naye munda mujjudde obunnanfuusi n'obujeemu."

Ku malaalo ne bw'omalirako sente mmeka ng'ogezaako okugalungiya, kiki ekiri munda? Omulambo oguli mu kuvunda ogunaatera okufuuka ettaka! Kale amalaala agasiigiddwa obulungi kabonera akalaga bannanfuusi abayonjeddwa obulungi kungulu kwokka. Balabika bulungi, nga bawombeefu, nga nga batuukiridde kungulu, nga bawa abalala amagezi n'okubanenya, kyokka nga munda bajjudde obukyayi, ettima, obuggya, obwenzi n'ebiringa ebyo.

Bwe twatula nti tukkiririza mu Katonda kyokka ne tukuumira obukyayi mu mitima gyaffe nga bw'etunenya abalala, olwo tubeera tutunuulidde akantu akali ku liiso ly'omulala si nga tetulaba njaliiro eri ku liiso lyaffe. Buno bwe bayita obunnanfuusi. Kino kituukira ne ku batali bakkiriza. Okubeera n'omutima ogutalina buzibu mu kulya mu mwami wo oba omkyala olukwe, ogusuulawo abaana bo, oba ogutawa bazadde bo kitiibwa, kyokka nga bw'osekerera amazima n'okukolokota abalala kikolwa kya bunnanfuusi.

7. Okweyita abatuukirivu

Mu Matayo 23:29-33, Yesu agamba, "Ziribasanga mmwe, abawandiisi n'Abafalisaayo, bannanfuusi! Kubanga muzimba amalaalo ga bannabbi, muwoomya ebiggya by'abatuukirivu, ne mugamba nti, 'Singa twaliwo mu biro bya bajjajja tetwandisizza kimu n'abo mu musaayi gwa bannabbi, bwe mutyo mwetegeeze mwekka nti muli baana baabwe abatta bannabbi. Kale mujjuze ekigera kya bajjajja mmwe. Mmwe emisota, abaana ba b'embalasaasa, mulidduka mutya omusango ogwa Ggeyeena?"

Abawandiisi bannanfuusi n'Abafalisaayo baazimbanga amalaalo ga bannabbi era nga bagawunda bulungi okugateekako ebyo ebiraga nti baali batuukirivu ne balyoka bagamba, "Singa twaliwo mu biro bya bajjajja tetwandisizza kimu n'abo mu musaayi gwa bannabbi." Naye nga ebigambo bino tebyalinga bituufu. Abawandiisi n'Abafalisaayo tebaalemwa kutegeera Yesu eyajja ng'Omulokozi kyokka, wabula baamwegaana n'okumwegaana, era ekyavaamu ne bamukomerera ku musalaba era ne bamutta. Kale bayinza batya okweyita abatuukiridde okusinga bajjajjaabwe?

Yesu kwe kubasoomooza ng'agamba nti, "Kale mujjuze ekigera kya bajjajja mmwe." Omuntu bwayonoona, bw'abeeramu n'omutima wadde mutono bwe guti, ajja kulumirizibwa alekere awo okwonoona. Kyokka eriyo abantu abo nga tebava ku bubi bwabwe okutuuka ku nkomerero. Kino Yesu kye yali ategeeza bwe yagamba nti "Mujjuze". Baafuuka abaana ba Setaani, era abaana b'emisota, era ne bongera kutambulira mu bubi obusingawo.

Mu ngeri y'emu, omuntu bwawulira amazima era n'awulira ng'alumirizibwa, kyokka nga yeeyita mutuukirivu era n'agaana okwenenya, olwo nno abeera tayawukana na muntu ajjuza ekigero ky'omusango ogwakolebwa ba jjajja. Yesu yagamba nti abantu bano bwe bateenenya n'okubala ebibala olw'okwenenya, olwo babeera tebasobola kudduka musango gwa Ggeyeena.

N'olwekyo, tulina okwetunulamu nga tutunuulira okunenya Yesu kwe yakola eri abawandiisi n'Abafalisaayo tulabe oba nga waliwo ekituukira ku ffe, era mu bwangu ddala tugyemu ebintu ebyo. Ka nsuubire nti ggwe omusomi, ojja kubeera mutuukirivu oyo akyawa ekibi era eyeekwata ekyo ekirungi, bwatyo n'oddiza Katonda ekitiibwa n'okweyagalira mu bulamu obw'omukisa—okusinziira ku mutima gwo kye gwagala!

'Okuteekateeka omuntu' kye ki?

'Okuteekateeka' lwe lugendo omulimi lwayitamu gamba nga okusiga ensigo, n'azirabirira, era ne zibala ebibala. Okusobola okufuna abaana Be abatuufu, Katonda yasimba Adamu ne Kaawa mu nsi eno ng'ekibala ekisooka. Oluvannyuma lw'okugwa kwa Adamu, abantu bonna ne bafuuka b'onoonyi, era oluvannyuma lw'okufuna Yesu Kristo n'obuyambi bw'Omwoyo Omutukuvu, baasobola okuzzaawo ekifaananyi kya Katonda ekituufu ekyali mu bo olubereberye. Kale olugendo luno lwonna olwa Katonda okutonda omuntu n'okulabirira ebyafaayo by'omuntu okutuuka ku lunaku olw'enkomerero kye kiyitibwa 'Okuteekateeka omuntu'.

Enjawulo eriwo wakati 'w'omubiri gw'omuntu', 'omubiri ng'ekibi', ne 'ebintu by'omubiri'

Ebiseera ebisinga, bwe tubeera twogera ku mubiri gw'omuntu, n'omubiri ng'ekibi, tukozesa ekigambo 'omubiri'. Kyokka mu Bayibuli, ekigambo kino kirina amakulu ga mirundi ebiri. Waliwo ekiseera nga 'omubiri' gukozesebwa okutegeeza omubiri gw'omuntu, so nga mu mwoyo, kitegeeza ebintu ebyo ebivunda, ebikyuka, ebitali bya lubeerera era ebiddugala.

Omuntu eyasooka Adamu, yali omwoyo omulamu, era teyalina kibi kyonna. Kyokka, bwe yamala okukemebwa setaani okulya ekibala eky'okumanya obulungi n'obubi, yalina okufa, kubanga empeera y'ekibi kwe kufa (Olubereberye 2:17; Abaruumi 6:23). Katonda yasimba okumanya kw'obulamu, amazima, munda mu muntu ku kutondebwa. Ekikula ky'omuntu omutali mazima gano, nga gaavaamu oluvannyuma lwa Adamu okwonoona, gwe guyitibwa 'omubiri gw'omuntu'. So nga embala ey'ekibi eri munda mu mubiri gw'omuntu yeyitibwa 'omubiri ng'ekibi'. Omubiri guno ogwogerwako wano, tegulina kikula, wabula mbala ey'ekibi esobola okusiikuulibwa okuvaayo essaawa yonna.

Ettaka ly'omutima gw'omuntu

Bayibuli eyawula omutima gw'omuntu mu bika by'ettaka eby'enjawulo: waliwo eryo ery'oku mabbali g'ekkubo, ery'okulwazi, eriri mu maggwa, n'ettaka eddungi (Makko essuula 4).

Ery'oku kkubo litegeeza. Omutima omugumu ogutakyawulira. Era ensigo ey'Ekigambo kya Katonda ne bw'esimbibwa mu kika ky'omutima nga guno, ensigo tesobola kumera, era tesobola na kubala bibala; n'olwekyo omuntu tasobola kufuna bulokozi.

Ettaka ery'okulwazi litegeeza omuntu ategeera Ekigambo kya Katonda n'omutwe gwe, naye tasobola kukkiriza na mutima gwe. Bw'aba awuliriza Ekigambo, asobola okusalawo nti ateeke by'ayize mu nkola, naye obuzibu bwe bulabikawo, tasobola kukuuma kukkiriza kwe.

Ettaka eriri mu maggwa litegeeza ekika ky'omutima gw'omuntu awuliriza, n'ategeera, era n'atambulira mu Kigambo kya Katonda, kyokka tasobola kuwangula bikemo bya nsi eno. Asikirizibwa okwerariikirira kw'ensi eno, okweyagaliza, n'okwegomba kw'omubiri, kale okusoomoozebwa n'okubonaabona bye biddirira, era tasobola kukula mu mwoyo.

Ettaka eddungi litegeeza omutima gw'omuntu nga, Ekigambo kya Katonda bwe kigugwako, Ekigambo ekyo kizaala emirundi 30, 60, 100, era emikisa gya Katonda n'okuddamu n'ebimugoberera.

Omulimu gwa Setaani n'Omulyolyomi

Setaani kye kitonde ekirina amaanyi ag'ekizikiza agaleetera abantu okukola ebintu ebibi. Talina nkula nti yiino. Abeera asaasaanya omutima ggwe omuddugavu buli ssaawa, wamu n'ebirowoozo, n'amaanyi ge, abantu okubeera nga bakola ebibi. Abisaasaanyiza mu bbanga buli ssaawa nga bw'olaba amasanyalaze. Era agatali mazima mu mutima gw'omuntu bwe gakwatagana n'amasanyalaze ago, akozesa ebirowoozo by'omuntu okumuyiwamu amaanyi ago ag'ekizikiza. Kino kye tuyita "okufuna amaanyi ga Setaani", oba "okuwuliriza eddoboozi lya Setani".

Omulyolyomi kitundu ku bamalayika abaagwa wamu ne Lusifa. Ayambala biddugavu, era feesi ye n'emikono wamu n'ebigere bifaanana n'eby'abantu oba bamalayika. Akolera ku biragiro bya Setaani era naye nalyoka awa ebiragiro zi dayimooni ez'enjawulo okuleeta obulwadde mu bantu n'okubaleetera okugwa mu bubi n'okukola ebibi.

Embala y'ekibya n'embala y'omutima

Abantu bayitibwa 'ebibya'. Embala y'ekibya eky'omuntu esinziira ku ngeri gyawulirizaamu Ekigambo kya Katonda era n'akiteeka mu mutima gwe, ne gyakoma okukiteeka mu nkola olw'okukkiriza. Embala y'ekibya ekwatagana nnyo n'ekika kye bintu ebyakola ekibya ekyo. Omuntu bwabeera n'embala ennungi ey'ekibya, asobola okutukuzibwa amangu, era asobola okulaga amaanyi ag'omwoyo mu ngeri ennene. Okusobola okuteekateeka embala ennungi ey'ekibya, omuntu alina okuwuliriza Ekigambo kya Katonda bulungi nnyo era n'akyekuuma munda mu mutima gwe. Omuntu gyakoma okuteeka mu nkola bye yayize kwe kusinziirwa embala y'omuntu ng'ekibya.

Embala y'omutima esinziira ku kyenkana ki omutima gye gukozesebwamu, n'obunene abw'ekibya. Waliwo embeera 1) ng'esukulumye ku busobozi bw'omuntu, 2) ng'omuntu atuukiriza mukolo okutuukiriza obusobozi bwe, 3) nga n'akatono omuntu kaatuukiriza, era akakola yeemulugunya 4) nga kisingako singa omuntu omulimu ogwo teyagutandikira ddala olw'obubi bwonna bwakola. Embala y'omuntu bw'ebeera entono era ng'ebulamu, abeera yeetaaga okukola ennyo okugikyusa efuuka ennene, n'omutima omugazi.

Obutuukirivu mu maaso ga Katonda

Eddaala erisooka ery'obutuukirivu kwe kweggyako ebibi. Ku ddaala lino omuntu akkirizibwa lwa kukkiriza Yesu Kristo n'okufuna Omwoyo Omutukuvu. Ekiddako n'azuula ebibi bye era nanyiikiranga okusaba okubeera nga yeggyako ebibi ebyo. Katonda asanyukira ekikolwa kino, era n'addamu okusaba kw'omuntu era n'amuwa omukisa.

Eddala ery'okubiri ery'obutuukirivu kwe kukuuma Ekigambo. Omuntu ng'amaze okweggyako ebibi, asobola okujjuzibwa Ekigambo kya Katonda mu ye, era abeera asobola okukitambuliramu. Eky'okulabirako, bw'aba yawulira obubaka nti talina kukyawa muntu yenna, yeggyako obukyayi era n'afuba okwagala buli muntu. Bwatyo bwabeera agondera Ekigambo kya Katonda. Mu kiseera kino, afuna omukisa ogw'okubeera omulamu ekiseera kyonna, era buli ssaala yonna gyasaba eddibwamu.

Eddaala ery'okusatu ery'obutuukirivu kwe kusanyusa Katonda. Ku ddaala lino omuntu Takoma ku kweggyako bibi kyokka, wabula atambulira mu kwagala kwa Katonda ekiseera kyonna. Era awaayo obulamu bwe okubeera ng'atuukiriza okuyitibwa kwe. Omuntu bwatuuka ku ddaala lino, Katonda addamu n'okwagala okutono ennyo okuyinza okubeera munda ddala mu mutima gw'omuntu oyo.

Olw'obutuukirivu

"... Olw'obutuukirivu, kubanga ng'enda eri Kitange, so nammwe temukyandaba nate;"

(Yokaana 16:10)

❖

"N'akkiriza MUKAMA; n'akumubalira okuba obutuukirivu."
(Olubereberye 15:6)

"Kubanga mbagamba nti, obutuukirivu bwammwe bwe butaasingenga butuukirivu bwa Bawandiisi n 'Abafalisaayo, temuliyingira n'akatono mu bwakabaka obw'omu ggulu." *(Matayo 5:20)*

"Naye kaakano awatali mateeka obutuukirivu bwa Katonda, obutegeezebwa amateeka ne bannabbi, bulabisibwa; bwe butuukirivu bwa Katonda olw'okukkiriza Yesu Kristo eri bonna abakkiriza, kubanga tewali njawulo " *(Abaruumi 3:21-22)*

"...nga mujjudde ebibala eby'obutuukirivu, ebiriwo ku bwa Yesu Kristo, Katonda aweebwe ekitiibwa atenderezebwe." *(Abafiripi 1:11)*

"... Ekisigaddeyo enterekeddwa engule, ey'obutuukirivu, Mukama waffe gyalimpeera ku lunaku luli, asala emisango egy'ensonga, so si nze nzekka, naye era ne bonna abaagala okulabika Kwe." *(2 Timoseewo 4:8)*

"... ekyawandiikibwa ne kituukirira ekyogera nti, "Ibulayimu n'akkiriza Katonda ne kumubalirwa okuba obutuukirivu; n'ayitibwa mukwano gwa Katonda." *(Yakobo 2:23)*

"Ku kino abaana ba Katonda n'abaana ba Setaani kwe balabikira, buli muntu yenna atakola butuukirivu si wa Katonda, newakubadde atayagala muganda we." *(1 Yokaana 3:10)*

∽ Essuula 6 ∽

Obutuukirivu Obuweesa Obulamu

"Kale bwe kityo ng'olw'okwonoona kw'omu omusango bwe gwasinga abantu bonna, bwe kityo n'olw'obutuukirivu bw'omu ekirabo kyali ku bantu bonna okuweesa obutuukirivu bw'obulamu."
(Abaruumi 5:18)

Nnasisinkana Katonda omulamu oluvannyuma lw'emyaka musanvu egy'okubeera ku ndiri ng'obulwadde bwankuba wansi. Saafuna kuwonyezebwa kwa ndwadde zange zonna okuyita mu muliro ogw'Omwoyo Omutukuvu kwokka, wabula oluvannyuma lw'okwenenya ebibi byange byonna, n'enfuna n'obulamu obutaggwaawo obwali obw'okunzikiriza okubeera mu Ggulu olubeerera. Nneebaza nnyo Katonda olw'ekisa kya Katonda era okuva kw'olwo ne ntandika okugendanga ku kkanisa, ne ndekerawo okunywa, era nendekerawo n'okugabula abalala omwenge.

Waaliwo ekiseera ab'engenda zange bwe baasekereranga ekkanisa. Olw'okuba nali sikyasobola kukyebeera, n'enjogera nga nyiize, "Ddala lwaki mwogera bubi ku Katonda n'okwogera obubi ku kkanisa n'omusumba?" Ng'omukristaayo omuto, nnalowooza nti ekikolwa kyange kino kyali kituufu. Kyokka mu dda n'akizuula nti ekikolwa kyange ekyo tekyali kituufu. Obutuukirivu nga nze bwe n'abulabanga bwe bwakulemberamu mu kifo ky'obutuukirivu nga bwe bulabibwa mu maaso ga Katonda. Ekyo kyavangamu okuyomba n'okukaayana.

Mu mbeera ng'eno, obutuukirivu mu maaso ga Katonda bwe buli wa? Kwali okugezaako okutegeera abantu bali n'okwagala. Bwolowooza ku nsonga nti beeyisa nga bwe beeyisa lwakuba tebamanyi Mukama ne Katonda, olwo nno tewaba nsonga lwaki obeera obanyiigira. Obutuukirivu obutuufu kwe kubasabira n'okwagala n'okunoonya engeri ey'amagezi okubeera ng'obabuulira enjiri osobole okubakulembera eri okufuuka abaana ba Katonda.

Obutuukirivu mu maaso ga Katonda

Okuva 15:26 wagamba, "Oba nga oliwulira nnyo eddoboozi lya MUKAMA Katonda wo, n'okola obutuukirivu mu maaso Ge..." Olunyiriri luno lutubuulira amazima nti obutuukirivu mu maaso g'abantu n'obutuukirivu mu maaso ga Katonda bya njawulo.

Mu nsi yaffe, okuwoolera eggwanga kitwalibwa ng'okubeera nga weeyisizza mu ngeri entuufu. Kyokka, Katonda atugamba nti okwagala abantu bonna n'okwagala abalabe baffe bwe butuukirivu. Era, ensi ekitwala nti kituufu omuntu bwalwana okulaba nti atuukiriza ebigendererwa bye ne bw'abeera amazeeko banne emirembe. Naye Katonda omuntu ng'oyo tamutwala ng'omutuukirivu kasita amalawo emirembe wakati wa banne olwa ki ye kyalowooza nti kituufu mu ndowoozo ye.

Era, mu nsi eno, obubi ne bwe bubeera bwenkana wa bw'olina mu mutima gwo gamba nga obukyayi, okweyawula, ettima, obuggya, obusungu, n'okweyagaliza, kasita tomenya mateeka ga ggwanga era kasita obubi obwo tobuteeka mu nkola, tewali agamba nti toli mutuukirivu. Kyokka, ne bw'oba totadde bubi obwo mu nkola, bw'obeera n'obubi mu mutima gwo, Katonda akuyita omuntu atali mutuukirivu. Entegeera y'omuntu ey'obutuukirivu n'obutali butuukirivu eyawukana okusinziira ku bantu ab'enjawulo, mu bifo eby'enjawulo, n'emirembe egyenjawulo. N'olwekyo, ffe okusobola okuteekawo omutindo omutuufu ogw'obutuukirivu n'obutali butuukirivu, ekipimo tulina kukyesigamya ku Katonda. Katonda kyayita obutuukirivu bwe butuukirivu obw'amazima.

Olwo, Yesu yakola ki? Abaruumi 5:18 wagamba, "Kale bwe kityo ng'olw'okwonoona kw'omu omusango bwe gwasinga abantu bonna, bwe kityo n'olw'obutuukirivu bw'omu ekirabo kyali ku bantu bonna okuweesa obutuukirivu bw'obulamu." Wano, "olw'okwonoona kw'omu" bwe bujeemu bwa Adamu, taata w'abantu bonna, so nga "olw'obutuukirivu bw'omu" bwe bugonvu bwa Yesu, Omwana wa Katonda. Yatuukiriza ekikolwa eky'obutuukirivu eky'okutwala abantu bonna eri obulamu. Katwongere okusoma mu bujjuvu obutuukirivu buno kye buli, obutwala abantu eri obulamu.

Ekikolwa ekimu eky'obutuukirivu ekirokola abantu bonna

Mu Olubereberye 2:7, tusoma nti Katonda yatonda omuntu eyasooka, Adamu, mu kifaananyi Kye. Olwo nno n'afuuwa mu nnyindo ze era n'amufuula omuntu omulamu. Nga omwana omuwere, tewali kye yali amanyi. Yali mupya, nga talina kyamanyi. Ng'omwana bwakula n'atandika okuyiga ebintu eby'enjawulo okuyita mw'ebyo byalaba n'okuwulira, yasomesebwa Katonda ku buli kintu kyonna mu nsi ne bwe kirina okutambulamu, amateeka ag'omu nsi eyomwoyo, n'ebigambo eby'amazima.

Katonda yasomesa Adamu buli kintu kye yali yeetaaga

okumanya okusobola okubeerawo nga mukama w'ebitonde byonna. Kyokka waaliwo ekintu kimu kyokka Katonda kye yamugaana. Adamu yali asobola okulya ku muti gwonna ogw'omu lusuku Adeni, okujjako omuti ogw'okumanya obulungi n'obubi. Katonda yamukomekkereza nti olunaku lw'aligulyako ddala talirema kufa (Olubereberye 2:16-17).

Kyokka, bwe waayitawo ekiseera ekiwanvu n'alemererwa okutwala ebigambo bino ng'ekikulu era bwatyo n'akemebwa omusota era bwatyo n'alya ekibala ekyamugaanibwa. Era ekyavaamu, okuwuliziganya kwe ne Katonda ne kwonoonebwa ng'era Katonda bwe yali amulabudde nti, "Tolirema kufa," omwoyo gwa Adamu, ogwali omwoyo omulamu, gwafa. Kubanga teyagondera Kigambo kya Katonda wabula n'awuliriza ebigambo by'omulabe setaani, bwatyo yafuuka omwana wa setaani.

1 Yokaana 3:8 wagamba, "Akola ekibi wa Setaani; kubanga okuva ku lubereberye Setaani akola ebibi." Ne mu Yokaana 8:44, "Mmwe muli ba kitammwe Setaani, era mwagala okukola okwegomba kwa kitammwe. Oyo okuva ku lubereberye ye mussi, so teyanywerera mu mazima, kubanga amazima tegaali mu ye. Bw'ayogera obulimba, ayogera ekiva ku bibye kubanga ye mulimba era kitaawe w'omulimba."

Bw'aba nga Adamu ye yajeema era n'ayonoona, olwo lwaki ezzadde lye n'abo bafuuka ab'onoonyi? Omwana alina okufaanana abazadde be, naddala mu ndabika yaabwe. Naye nga embala ye ye n'engeri gyatambula alina kufaanana bazadde be. Kino kiri bwe kityo lwakuba omwana asikira ku bazadde ekyo ekiyitibwa' "chi", oba "omwoyo", oba "amaanyi ag'obulamu", era ng'amaanyi ag'obulamu bwe gaweebwa omwana okuva ku muzadde, embala ey'ebibi okuva ku bazadde n'ayo ejjirako (Zabuli 51:5). Omwana omuwere tasomesebwa kukaaba n'okwetamwa, naye akyekolera. Kino kiri bwe kityo olw'embala ey'ekibi eri mu maanyi ag'obulamu agazze nga gaweebwa okuva ku mulembe ogumu okudda ku mulala okuviira ddala ku Adamu.

Ku kibi ekyo ekisikire omuntu kyasikira, kweyongerako n'ebibi byagenda akola ku lulwe, kale omutima gwe gugenda gweyongera okuddugazibwa ebibi. Era na bino n'agabanyaako ku baana be. Ekiseera bwe kigende kiyitawo ensi yeeyongera okujjula ekibi. Olwo omuntu, oyo afuuse omwana wa setaani, akomyawo atya enkolagana ye ne Katonda? Katonda yamanyirawo ku ntandikwa nti omuntu ajja kwonoona. N'olwekyo n'ateekateeka engeri Ye ey'obulokozi era n'agikuuma nga kyama. Obulokozi bw'abantu okuyita mu Yesu Kristo kyali kyama ekyakwekebwa nga n'ebiro tebinnabaawo. Kale Yesu Kristo, oyo eyali talina bbala wadde olufunyiro, yeetika ekikolimo n'awanikibwa ku musalaba okusobola okuggulawo ekkubo ery'obulokozi bw'abantu abaali balina okufa. Olw'ekikolwa kya Yesu Kristo kino eky'obutuukirivu, abantu bangi abaali ab'onoonyi baateebwa mu kufa era ne bafuna obulamu.

Entandikwa y'obutuukirivu kwe kukkiririza mu Katonda

"Obutuukirivu" kwe kutambulira mu mpisa ennungi. Wabula wadde guli gutyo "obutuukirivu" okusinziira ku Katonda kwe kugonda n'okukkiriza olw'okutya kw'olina eri Katonda, okweggyako ekibi n'okukuuma ebiragiro Bye (Omubuulizi 12:13). Naye okusinga byonna, Bayibuli eyita ekikolwa eky'obutakkiririza mu Katonda nti kibi (Yokaana 16:9). N'olwekyo, ekikolwa ekyangu ennyo eky'okukkiririza mu Katonda kikolwa kya butuukirivu, era nga ke kakwakkulizo akasooka okusobola okufuuka abantu abatuukirivu.

Tuyinza tutya okuyita omuntu nti wa mpisa oba mulambulukufu omuntu oyo bw'abuusa amaaso eky'okulya mu bazadde be olukwe abaamuzaala? Abantu bajja kumusongamu ennwe era bamuyite omubi oyo atafaayo ku bantu. Mu ngeri y'emu, omuntu bw'atakkiririza mu Katonda Omutonzi eyatutonda, nga tayinza na kumuyita Kitaffe, era nga n'okusingira ddala, abeera aweereza omulabe setaani—ekintu Katonda kyasinga okukyawa—olwo nno kino kifuuka ekibi eky'amaanyi.

N'olwekyo, okusobola okufuuka omuntu omutuukirivu, ekisookera ddala, olina okukkiririza mu Katonda. Nga Yesu bwe yakkiririza mu Katonda mu bujjuvu era n'akuuma buli Kigambo Kye, naffe tulina okukkiririza mu Kigambo Kye. Okubeera n'okukkiriza mu Katonda kitegeeza okukkiririza mu mazima nti Katonda ye Mukama w'ebitonde byonna oyo eyatonda eggulu n'ensi naffe, era nga ye yekka alina obuyinza ku bulamu n'okufa kw'omuntu. Era kwe kukkiririza mu mazima nti Katonda teyeesigama ku muntu yenna, Ye asooka era Yasembayo, entandikwa era enkomerero. Kwe kukkiriza nti ye mulamuzi asemberayo ddala oyo eyakola Eggulu ne Ggeyeena, oyo ajja okusalira abantu omusango mu bwenkanya. Katonda yatuma Omwana We omu yekka, Yesu Kristo eri ensi eno okutuggulirawo ekkubo ery'obulokozi. N'olwekyo okukkiririza mu Yesu Kristo n'okufuna obulokozi, era obeera ng'akkiririza mu Katonda.

Kale eriyo ekintu Katonda kyasaba abaana Be bonna abo abayingira okuyita mu luggi lw'obulokozi. Mu nsi eno, abatuuze b'ensi yonna, balina okugondera amateeka g'ensi eyo. Mu ngeri y'emu, bw'oba ofuuse omutuuze w'Eggulu, olina okugondera amateeka g'Eggulu nga kye Kigambo kya Katonda, nga ge Mazima. Eky'okulabirako, okuviira ddala mu Kuva 20:8 wagamba, "Jjukira olunaku olwa ssabbiiti, okulutukuzanga," olina okugondera amateeka ga Katonda era okifuule ekintu ekisinga obukulu ng'okuuma olunaku lwa ssabbiiti lwonna, so si kwekkiriranya na nsi. Tulina okukola kino kubanga Katonda okukkiriza okw'ekika kino n'obuwombeefu abitwala nga butuukirivu.

Okuyita mu Yesu Kristo, Katonda yatutangaaza ku mateeka g'obutuukirivu agatutwala eri obulamu. Bwe tugondera amateeka gano tufuuka batuukirivu, tusobola okugenda mu Ggulu, era tusobola okufuna okwagala kwa Katonda n'emikisa.

Obutuukirivu bwa Yesu Kristo bwe tulina okulabirako

Ne Yesu, nga ye Mwana wa Katonda, yatuukiriza obutuukirivu ng'agondera mu bujjuvu amateeka ga Katonda. Okusinga ekirala kyonna, bwe yali akyali wano ku nsi, teyalaga bubi wadde n'akamu. Ate engeri gye yafunibwa olw'amaanyi ag'Omwoyo Omutukuvu, n'ekibi ekisikire teyalina. Era engeri gyatalina birowoozo bibi oba obubi mu ye, tayakola kibi kyonna.

Ebiseera ebisinga, abantu balaga ebikolwa ebibi kubanga balina ebirowoozo ebibi. Omuntu eyeeyagaliza ajja kusooka kulowooza, "Nnyinza ntya okufuna obugagga? Nnyinza ntya okweddiza ekintu ky'omuntu oyo?" Bwatyo omuntu oyo ajja kusimba ekirowoozo ekyo mu mutima gwe. Era omutima gwe bwe gusiikuulwa, ebiseera ebisinga ajja kukola ekikolwa ekibi. Olw'okuba alina okweyagaliza mu mutima gwe, akemebwa Setaani okuyita mu birowoozo bye; era bwakkiriza ekikemo kino, amaliriza akoze ekibi nga okunyaga, okulya enguzi, n'okubba.

Yobu 15:35 wagamba, "Baba mbuto za bubi, ne bazaala obutali butuukirivu, n'olubuto lwabwe luteekateeka bukuusa." Ne mu Lubereberye 6:5 wagamba nga Katonda bwe yasalira ensi omusango okuyita mu mataba, bwe yalaba ng'obubi bw'omuntu bungi nga na buli kufumiitiriza kw'ebirowoozo eby'omu mutima gwe kubi kwereere bulijjo. Olw'okuba omutima mubi n'ebirowoozo bibeera bibi. Kyokka mu mutima gwaffe bwe mutabeeramu bubi, Setaani tayinza kukozesa birowoozo byaffe okutukema. Nga bwe kyawandiikibwa nti ebintu ebifuluma mu kamwa biva mu mutima (Mataayo 15:18), omutima bwe gutabeera mubi, tewali ngeri yonna ebirowoozo ebibi n'ebikolwa bwe biyinza okugufubutukamu.

Yesu, ataalina kibi kisikire wadde ekibi kye yeekolera Ye, yalina omutima omulongoofu. N'olwekyo ebikolwa Bye byonna bulijjo byabanga birungi. Olw'okuba omutima Gwe gwali mutuukirivu, Yalina birowoozo bituukirivu byokka era nga n'ebikolwa Bye bibeera bituukirivu. Ffe okusobola okubeera abatuukirivu tulina okukuuma ebirowoozo byaffe nga tweggyako obubi mu mutima gwaffe, olwo nno ebikolwa byaffe nabyo binaabeera birungi.

Bwe tugonda ne tukola ekyo kye nnyini Bayibuli kye tugamba "Okukolanga, obutakolanga, okukuumanga, n'okweggyako", omutima gwa Katonda, oba amazima, gajja kubeera mu ffe tuleme okwonoona n'ebirowoozo byaffe. Era ebikolwa byaffe nabyo bijja kufuuka ebijjuvu olw'okufuna okulung'amizibwa n'okulagirirwa Omwoyo Omutukuvu. Katonda agamba 'kuumanga olunaku olwa Sande nga lutukuvu', kale tulina okukuuma Sande nga ntukuvu. Agamba nti 'musabenga, mwagalenga, era mugabane enjiri', kale tulina okusaba, okwagala, n'okugabana enjiri. Agamba nti tobbanga oba okwenda, kale tetulina kukola bintu ebyo.

Era olw'okuba Yatugamba okweggyako n'ekikula ky'obubi kyonna, tweyongera okweggyako agatali mazima gamba nga obuggya, ensaalwa, obukyayi, obwenzi, obulimba, n'ebirala. Era bwe tugondera Ekigambo kya Katonda, olwo nno agatali mazima mu mitima gyaffe gajja kuvaamu waddewo mazima gokka. Bwe tukuulayo emirandira emikaawu egy'ekibi okuva mu mitima gyaffe, ekibi kibeera tekikyayinza kutuyingira okuyita mu birowoozo byaffe. N'olwekyo, buli kye tulaba, tukiraba kuva mu bulungi era buli kye tuyinza okwogera n'okukola kibeera kiva mu bulungi obuva mu mitima gyaffe.

Engero 4:23 wagamba, "Onyiikiranga nnyo nnyini okukuumanga omutima gwo, kubanga omwo mwe muva ensulo ez'obulamu." Obutuukirivu obututwala eri obulamu, oba eri ensulo y'obubulamu, buva mu kukuuma mutima. Ffe okusobola okufuna obulamu tulina okwekuuma nga tuli batuukirivu, gamba nga tutambulira mu mazima, mu mutima gwaffe. Eno yensonga lwaki kikulu nnyo omuntu okukuuma ebirowoozo bye n'omutima.

Naye olw'okuba munda mu ffe mulimu obubi bungi, tetusobola bwonna kubweggyako mulundi gumu n'amaanyi gaffe. Ku maanyi gaffe okubeera nga tweggyako ebibi, ate twetaagayo n'amaanyi ag'Omwoyo Omutukuvu. Eno yensonga lwaki twetaaga okusaba. Bwe tusaba n'okusaba okw'omuliro, ekisa kya Katonda n'amaanyi bikka kuffe era ne tujjuzibwa Omwoyo. Olwo lwe tuyinza okweggyako ebibi ebyo!

Yakobo 3:17 wagamba, "Naye amagezi agava waggulu okusooka malongoofu…" Kino kitegeeza nti bwe tweggyako ebibi by'omutima gwaffe era essira ne tuliteeka ku butuukirivu bwokka, olwo nno amagezi okuva waggulu gakka ku ffe. Kyokka amagezi g'okunsi ne bwe gabeera mangi gatya, tegasobola kugeraageranyizibwa na magezi agava waggulu. Amagezi ag'ensi eno gava ku muntu, oyo aliko ekkomo atasobola na kumanya kiki ekiddako mu butikitiki obuddirira. Kyokka, amagezi agava waggulu gasindikibwa wansi okuva eri Katonda ayinza byonna ne tusobolo n'okumanya kw'ebyo ebintu ebinajja mu maaso eyo era ne tubyetegekere.

Mu Lukka 2:40 watugamba nti Yesu 'yakula n'aba w'amaanyi, nga yeeyongera mu kisa, amagezi n'okutegeera'. Kyawandiikibwa nti we yaweereza emyaka kkumi n'ebiri, Yali mugezi nnyo nti ne ba Labbi abaali bamanyi ebingi ku mateeka beewuunya amagezi Ge. Olw'okuba ebirowoozo bya Yesu byali byesigamye ku butuukirivu bwokka, Yafuna amagezi okuva waggulu.

1 Peetero 2:22-23 wagamba, "…[Yesu] ataakola kibi, newakubadde obukuusa tebwalabika mu kamwa Ke; bwe yavumibwa, ataavuma nate, bwe yabonyaabonyezebwa, Ataakanga…" Okuyita mu lunyiriri luno, tusobola okulaba

omutima gwa Yesu. Era ne mu Yokaana 4:34, Abayigirizwa bwe baaleeta emmere, Yesu n'agamba nti, "Eky'okulya Kyange kwe kukolanga eyantuma by'ayagala n'okutuukiriza omulimu Gwe."

Olw'okuba omutima n'ebirowoozo bya Yesu byali essira biritadde ku butuukirivu bwokka, ebikolwa Bye byonna byali nga bijjuvu.

Yesu teyali mwesigwa mu kukola omulimu gwa Katonda gwokka; Wabula Yali mwesigwa mu "byonna mu nnyumba ya Katonda." ne bwe yali afa ku musalaba, Malyamu omubeererevu yamukwasa Yokaana, okukakasa nti amulabirira. Kale, Yesu yatuukiriza mu bujjuvu obuvunaanyizibwa Bwe obw'oku nsi, nga bwabuulira enjiri ey'obwakabaka obw'Eggulu n'okuwonya abalwadde n'amaanyi ga Katonda. Yatuukiriza ddala obuweereza Bwe obwamuleeta eri ensi eno nga yeetika omusalaba asobole okumalawo ebibi by'omuntu n'obunafu bwe. Bwatyo bwe yafuuka Omulokozi w'abantu, Kabaka w'abakabaka era Mukama w'abakama.

Engeri ey'okufuukamu omuntu omutuukirivu

Olwo ffe ng'abaana ba Katonda, tulina kukola ki? Twetaaga okufuuka abantu abatuukirivu nga tukuuma amateeka ga Katonda okuyita mu bikolwa byaffe. Olw'okuba Yesu yafuuka eky'okulabirako ekisingirayo ddala eri ffe ffenna ng'akuuma n'okutambulira mu mateeka ga Katonda gonna, twetaaga okukola ekintu kye kimu nga tugoberera eky'okulabirako Kye.

Okutambulira mu mateeka ga Katonda kitegeeza okukuuma amateeka Ge tubeera nga tetulina bbala lyonna bwe kituuka ku kukuuma amateeka. Amateeka Ekkumi kye ky'okulabirako ekisookerwako eky'amateeka ga Katonda. Amateeka ga Katonda gasobola okulowoozebwako ng'ebiragiro ebisangibwa mu bitabo 66 ebya Bayibuli okutwaliza awamu. Buli limu ku Mateeka ekkumi lirina amakulu ag'omwoyo ag'ebuziba mu lyo. Bwe tutegeera amakulu ge nnyini agali mu buli limu ku go era ne tugatambuliramu, Katonda ajja kutuyita batuukirivu.

Yesu yagamba waliwo etteeke erisooka era ekkulu ennyo. Okwagala ennyo Katonda n'omutima gwaffe gwonna, emmeeme, n'ebirowoozo. Ery'okubiri kwe kwagala baliraanwa baffe nga bwe tweyagala (Matayo 22:37-39).

Yesu yakuuma era n'atambulira mu mateeka gano gonna. Teyayombanga wadde okukaayana. Yesu yasabanga buli ssaawa, oba ku makya ennyo oba mu kiro. Yakuuma ebiragiro byonna.

'Ebiragiro' ge mateeka amawandiike Katonda ge yatuteerawo ffe okubeera nga tugagoberera, gamba nga okukuumanga olunaku olw'okuyitako oba okuwaayo ekimu eky'ekkumi. Waliwo ekyawandiikibwa ekiraga Yesu ng'ayambuka e Yerusaalemi okukuza olunaku olw'okuyitako, ng'Abayudaaya abalala bonna bwe bakola.

Abakristaayo Abayudaaya mu mwoyo, bagenda mu maaso okujjukira n'okukuuma amakulu ag'omwoyo ag'ennono eno ey'Ekiyudaaya. Abakristaayo bakomola emitima gyabwe nga okukomola okw'omubiri bwe kwakolebwanga mu biseera by'Endagaano Enkadde. Basinza mu mwoyo ne mu mazima mu kusaba kwabwe, bakuuma amakulu ag'omwoyo ag'okuwaayo ebiweebwayo eri Katonda nga bwe kyali mu biseera eby'Endagaano Enkadde. Bwe tukuuma amateeka ga Katonda era ne tugateeka mu nkola, tufuna obulamu obutuufu era ne tufuuka batuukirivu. Mukama yawangula okufa era n'azuukira; n'olwekyo naffe tusobola okweyagalira mu bulamu obutaggwaawo nga tuluubirira okuzuukira okw'obutuukirivu.

Emikisa gy'abatuukirivu

Okukuubagana, empalana, n'obulwadde bijja kubanga abantu si batuukirivu. Obujeemu buva mu butabeera mutuukirivu, ne walyoka wajja obulumi n'okubonaabona. Kino kiri bwe kityo lwakuba abantu bagondera emirimu gya setaani, taata w'ebibi. Singa tewaali bujeemu nga tewali n'agatali mazima, tewandibadde bubenje, kubonaabona, oba ebizibu, era ensi eno ddala yandibadde ekifo ekirungi. Era, obeera kufuuka muntu mutuukirivu mu maaso ga Katonda, wandifunye emikisa egy'amaanyi okuva Gyali. Ddala osobola okufuuka omuntu ow'enjawulo ku balala era ow'omukisa.

Ekyamateeka olw'okubiri 28:1-6 woogera ku kino mu bujjuvu: "Awo olunaatuukanga, bw'onoonyiikiranga okuwulira eddoboozi lya MUKAMA Katonda wo, okukwatanga ebiragiro Bye byonna bye nkulagira leero, okubikolanga. MUKAMA Katonda wo anaakugulumizanga okusinga amawanga gonna agali ku nsi, n'emikisa gino gyonna ginaakujjiranga ginaakutuukangako, bw'onoowuliranga eddoboozi lya MUKAMA Katonda wo: Onoobanga n'omukisa mu kibuga, era onoobanga n'omukisa mu kyalo, ekibala ky'omubiri gwo kinaabanga n'omukisa, n'ekibala ky'ekisibo kyo, ezzadde, ly'ente zo n'abaana b'embuzi zo. Ekibbo kyo kinaabanga n'omukisa n'olutiba lwo olw'okugoyeramu. Onoobanga n'omukisa bw'onooyingiranga, era onoobanga n'omukisa bw'onoofulumanga."

Era, mu Okuva 15:26 Katonda yasuubiza nti bwe tukola ebyo ebituufu mu maaso ga Katonda, talituteekako ndwadde zonna nga ze yateeka ku Bamisiri. N'olwekyo bwe tukola eby'obutuukirivu mu maaso ga Katonda, olwo nno tunaabeera balamu. Era tusobola n'okukulaakulana mu mbeera zonna ez'obulamu bwaffe era ne tufuna essanyu ery'olubeerera n'emikisa.

Wetutuukidde wano nga tulabye obutuukirivu bwe buli wa mu maaso ga Katonda. Kati nno, ng'otambula ng'amateeka ga Katonda bwe gali n'otabeerako bbala lyonna, era ng'otambulira mu butuukirivu mu maaso ga Katonda, nsuubira nti osobola okwefunira ku kwagala kwa Katonda, n'emikisa mu kigera ekijjuvu!

Amakulu g'ebigambo

Okukkiriza n'abatuukirivu

Eriyo okukkiriza kwa mirundu ebiri: 'okukkiriza okw'omwoyo' ne 'okukkiriza kw'omubiri'. Okubeera 'n'okukkiriza okw'omubiri' kwe kubeera ng'okkiririza mu bintu byokka obwongo bwo n'ebirowoozo byo bye bisobola okukwataganya. Okukkiriza okw'ekika kino kwe kukkiriza okutaliiko bikolwa era kiba kitegeeza kufu era nga Katonda takukkiriza.

Okubeera 'n'okukkiriza okw'omwoyo' kwe kubeera ng'osobola okukkiririza mu buli kintu kyonna ekiva mu Kigambo kya Katonda, wadde tokitegeera okusinziira ku kumanya kwo oba ebirowoozo. N'okukkiriza okw'ekika kino, omuntu atambulira mu Kigambo kya Katonda.

Omuntu okubeera n'okukkiriza kuno, Katonda yabeera akumuwadde, era buli muntu alina ekigero ky'okukkiriza kyanjawulo (Abaruumi 12:3).

Okutwaliza awamu, okukkiriza kusobola okwawulwamu okuva ku ddaala erisooka okutuuka ku ly'okutaano: ku ddaala erisooka ery'okukkiriza, omuntu abeera n'okukkiriza okumufunyisa obulokozi kyokka, ku ddaala ery'okubiri, omuntu agezaako okutambula ng'Ekigambo kya Katonda bwe kigamba, ku ddaala ery'okusatu, omuntu asobolera ddala okutambulira mu Kigambo, ku ddaala ery'okuna, omuntu abeera atukuziddwa olw'okweggyako ebibi, era ng'ayagala Mukama nga bwe kisoboka, ku ddaala ery'okutaano, omuntu abeera n'okukkiriza okuleeta essanyu erituukiridde eri Katonda.

'Abatuukirivu' kitegeeza abantu abo abatukuvu.

Bwe tukkiriza Yesu Kristo era ne tusonyiyibwa ebibi byaffe okuyita mu musaayi Gwe ogw'omuwendo, tukkirizibwa. Kino kitegeeza nti tukkirizibwa lwa kukkiriza kwaffe. Kati bwe tweggyako ebibi—oba agatali mazima—okuva mu mitima gyaffe era ne tufuba okutambulira mu mazima, okusinziira ku Kigambo kya Katonda, tusobola okukyuka ne tufuuka abantu abatuukirivu, abakkirizibwa Katonda nti batuukirivu. Katonda asanyukira nnyo abantu abatuukirivu nga bano, era addamu okusaba kwabwe kwonna (Yakobo 5:16).

Essuula 7

Omutuukirivu Anaabanga Mulamu lwa Kukkiriza

> *"Kubanga mu yo obutuukirivu bwa Katonda bubikkulibwa obuva mu kukkiriza okutuusa mu kukkiriza; nga bwe kyawandiikibwa nti, 'naye omutuukirivu anaabanga mulamu lwa kukkiriza.'" (Abaruumi 1:17)*

Omuntu bwakolera Mulekwa, namwandu, oba muliraanwa ali mu bwetaavu ekintu ekirungi, ebiseera ebisinga obungi, abantu bayita omuntu ng'oyo nti mutuukirivu. Omuntu bwalabika ng'owekisa era omukakkamu, ng'agondera amateeka, atanyiiga, musirise era mugumiikiriza, abantu batera okwogera ku muntu ng'oyo nti, "Omuntu oyo teyeetaaga na mateeka." Naye nga ddala kino kitegeeza nti omuntu oyo mutuukirivu?

Koseya 14:9 wagamba, "Ani alina amagezi n'ategeera bino? Ani alina obukabakaba n'abimanya? Kubanga amakubo ga MUKAMA ga nsonga, n'abatuukirivu banaagatamburirangamu, naye abasobya banaagwanga omwo." Kitegeeza nti omuntu agondera amateeka ga Katonda ye muntu omutuukirivu.

Ne mu, Lukka 1:5-6 wagamba, "Awo mu mirembe gya Kerode, kabaka w'e Buyudaaya, waaliwo kabona erinnya lye Zaakaliya, wa mu lulyo lwa Abiya, era yalina omukazi we ow'omu bawala ba Alooni, erinnya lye Erisabesi. N'abo bombi baali batuukirivu mu maaso ga Katonda, nga batambulira mu biragiro byonna ne mu by'obutuukirivu byonna ebya Mukama nga tebaliiko kabi." Kino kitegeeza omuntu abeera mutuukirivu singa atambulira mu mateeka ga Katonda, nga ge mateeka gonna n'ebiragiro bya Mukama.

Okusobola okufuuka omuntu omutuukirivu ddala

Omuntu ne bwagezaako nnyo okufuuka omutuukirivu, tewali muntu mutuukirivu kubanga buli muntu alina ekibi ekisikire, nga kiva ku ba jjajja ffe nga kigenda kiranda, so ng'ate waliwo ebibi omuntu bye yeekolera, oba ebimanyiddwa nga ebibi bye nnyini. Abaruumi 3:10 wagamba, "Tewali mutuukirivu n'omu." Omuntu yekka eyali abadde omutuukirivu ddala, ye yali era akyali, Yesu Kristo.

Yesu, ataalina kibi kisikire wadde ekyo kye yeekolera, Yayiwa omusaayi Gwe era n'afa ku musalaba okusasulira ebibi byaffe, era n'azuukira mu bafu bwatyo n'afuuka Omulokozi waffe. Kasita tukkiririza mu Yesu Kristo, nga Ye lye kkubo, amazima, n'obulamu, olwo nno ebibi byaffe bitunaazibwako, era ne tukkirizibwa. Kyokka, olw'okuba tukkirizibwa lwa kukkiriza, ekyo tekitegeeza nti kiwedde. Yee, bwe tukkiririza mu Yesu Kristo, tusonyiyibwa ebibi byaffe era ne tukkirizibwa; kyokka, tubeera tukyalina embala y'ekibi munda mu mitima gyaffe.

Yensonga lwaki mu Baruumi 2:13 kyawandiikibwa nti, "Kubanga abawulira obuwulizi amateeka si be batuukirivu eri Katonda, naye abakola eby'amateeka be baliweebwa obutuukirivu." Kitegeeza nti wadde tukkiriziddwa olw'okukkiriza, tusobola okufuukira ddala abantu abatuukirivu nga tumaze kukyusa mutima gwaffe ogutaliimu mazima ne gufuuka ogwo ogw'amazima olw'okutambulira mu Kigambo kya Katonda.

Mu biseera by'Endagaano Enkadde, ng'Omwoyo

Omutukuvu tanajja, abantu baali tebasobola kwegirako ddala bibi byabwe ku lwabwe. Kale bwe bataayonoonanga na bikolwa byabwe, nga tebatwalibwa nga b'onoonyi. Kino kye kyali ekiseera ky'amateeka, ng'abantu basasulwa 'eriiso ku lw'eriiso, n'erinnyo ku lw'erinnyo'. Kyokka, Katonda kyayagala kwe kukomolebwa kw'omutima—okweggyako agatali mazima, oba embala y'ebibi mu mutima, n'okutambulira mu kwagala n'okusaasira. Kale ng'ogyeeko abantu b'omu biseera by'Endagaano Enkadde, abantu b'omu biseera by'Endagaano Empya abakkiriza Yesu Kristo, bafuna Omwoyo Omutukuvu ng'ekirabo, era nga bayambibwako Omwoyo Omutukuvu, baddizibwamu amaanyi okubeera nga beggyako embala y'ebibi mu mitima gyabwe. Omuntu tasobola kweggyako kibi era n'afuuka mutuukirivu n'amaanyi ge yekka. Eno yensonga lwaki Omwoyo Omutukuvu yajja.

N'olwekyo, okusobola okufuuka abantu abatuukirivu ddala, twetaaga okuyambibwako Omwoyo Omutukuvu. Bwe tukaabirira Katonda mu kusaba kwaffe okusobola okufuuka abantu abatuukirivu, Katonda atuwa ekisa n'amaanyi, era Omwoyo Omutukuvu atuyamba. Olwo nno tusobolera ddala okuwangula ekibi era ne tukuulayo emirandira gy'embala y'ekibi okuva mu mitima gyaffe! Bwe tugenda mu maaso n'okweggyako ebibi, ne tufuuka abatukuvu, era ne tutuuka ku kigera ekijjuvu eky'okukkiriza nga tuyambibwako Omwoyo Omutukuvu, tusobola okufuna okwagala kwa Katonda okusingawo era ne tufuukira ddala abantu abatuukirivu.

Lwaki twetaaga okufuuka abatuukirivu?

Oyinza okwebuuza, "Naye ddala nneetaaga okufuuka omutuukirivu? Siyinza kubaako wentuuka mu kukkiriza Yesu ne ntandika okutambulira mu bulamu obwa bulijjo?" Naye Katonda agamba mu Kubikkulirwa 3:15-16, "Mmanyi ebikolwa byo, nga tonnyogoga so tobuguma. Waakiri obe ng'onnyogoga oba obuguma. Bwe kityo kubanga olina ekibuguumirize, so tonnyogoga so tobuguma, ndikusesema mu kamwa Kange." Katonda tayagala kukkiriza kwa 'kibuguumirize'. Okukkiriza okw'ekibiguumirize kwa bulabe, kubanga kizibu ddala okukuuma okukkiriza okwekika kino okumala ekiseera ekiwanvu. Era ekivaamu, okukkiriza kw'ekika kino kunyogoga. Kibeera nga bw'olaba amazzi ag'ekibuguumirize. Bwogaleka awo okumala akaseera, gamala ne gawola era ne gafuuka aganyogoga. Katonda agamba nti ajja kusesema abantu abalina okukkiriza okw'ekika ekyo. Kino kitegeeza nti abantu abalina okukkiriza okw'ekika ekyo tebasobola kulokolebwa.

Olwo lwaki twetaaga okufuuka abatuukirivu? Nga bwe kyawandiikibwa mu Baruumi 6:23, "Kubanga empeera y'ekibi kwe kufa", omwonoonyi abeera wa setaani, era abeera akutte ekkubo ery'okufa. N'olwekyo omwonoonyi alina okuva ku kwonoona afuuke omutuukirivu. Olwo lwokka omwonoonyi lwayinza okwewala okusoomoozebwa, okubonaabona, n'endwadde omulabe setaani by'amuteekako. Omuntu gyakoma okubeera ku nsi kuno, gyakoma ebiseera ebisinga okuyita mu mbeera ezo enzibu gamba nga obulwadde, obubenje n'okufiirwa. Kyokka omuntu bwafuuka omutuukirivu, bino ebintu bibeera tebimutuukako.

N'olwekyo, twetaaga okujjukiranga ebigambo bya Katonda n'okukuumanga amateeka Ge. Bwe tutambulira mu butuukirivu, tusobola okufuna emikisa gyonna egyawandiikibwa mu Ekyamateeka olw'okubiri essuula 28. Era emmeeme zaffe bwe ziba obulungi, tujja kubeera bulungi ne mu mbeera endala zonna, era tujja kubeera balamu.

Kyokka okusobola okufuuka omuntu omutuukirivu, okusobola okufuna emikisa gino gyonna, obuzibu bujja kukugobereranga. Eky'okulabirako, okusobola okuwangula omuddaali ogwa zaabu mu mpaka z'emizannyo, abaddusi bayita mu kutendekebwa okw'amaanyi. Mu ngeri y'emu, mpola mpola, Katonda ajja kuganya abaana Be abaagalwa okubeerako okusoomoozebwa kwe bayitamu okuggya mu busobozi bwabwe okusinziira ku kigero kyabwe eky'okukkiriza, kale emmeeme yaabwe eneeyongera okubeera obulungi.

Katonda yagamba Ibulayimu okuva mu nnyumba ya kitaawe era n'agamba nti, "Tambuliranga mu maaso Gange, obeerenge mutuukirivu" (Olubereberye 17:1). Yamutendeka era n'amukulembera okutuusa ng'afuuse omuntu omutuukirivu ddala. Era ekyavaamu, Ibulayimu bwe yayita ekigezo ekyasembayo eky'okussaddaaka mutabani we omu yekka, Isaaka, ng'ekiweebwayo eky'okebwa eri Katonda, ebigezo ne bikoma. Oluvannyuma lw'ekyo, Ibulayimu yaweebwanga omukisa ekiseera kyonna, era buli kimu kyamutambuliranga bulungi.

Katonda atutendeka okusobola okwongeza okukkiriza kwaffe era atufuule abatuukirivu. Buli muntu bwayita ekigezo, Katonda amuwa omukisa, era n'amukulembera eri okukkiriza okusingawo. Era okuyita mu lugendo luno, tweyongera okuteekateeka omutima gwa Mukama.

Ekitiibwa kye tufuna mu Ggulu kijja kubeera kya njawulo, okusinziira ku kyenkana ki kye tweggyako ebibi, na kyenkana ki omutima gwaffe bwe gufaanan ogwa Kristo. Nga bwe kyawandiikibwa mu 1 Abakkolinso 15: 41, "Ekitiibwa ky'enjuba kirala, n'ekitiibwa ky'omwezi kirala, n'ekitiibwa ky'emmunyeenye kirala, kubanga emmunyeenye teyankana na ginnaayo kitiibwa," Obungi bw'ekitiibwa kye tunaafuna mu ggulu bujja kusinziira ku twafuuka batuukirivu kyenkana ki wano ku nsi.

Ekika ky'abantu Katonda bayagala okufuna b'ebo abalina ebisaanyizo ebituufu ebisaana abaana Be—abo abalina omutima gwa Mukama. Abantu bano bajja kuyingira mu Yerusaalemi Empya eyo Namulondo ya Katonda gyeri, era bajja kubeera mu kifo eky'ekitiibwa ekiyakaayakana ng'enjuba.

Omutuukirivu Anaabanga Mulamu lwa Kukkiriza

Olwo tuyinza kutambula tutya, okusobola okufuuka omuntu omutuukirivu? Twetaaga okutambulira mu kukkiriza, nga bwe kyawandiikibwa mu Baruumi 1:17, "Naye omutuukirivu anaabanga mulamu lwa kukkiriza." Tusobola okwawula mu kukkiriza ebika ebikulu bibiri: okukkiriza okw'omubiri n'okukkiriza okw'omwoyo. Okukkiriza okw'omubiri kwe kukkiriza okwesigama ku kumanya oba okukkiriza okwesigamwa ku ntegeera zaffe.

Omuntu bwazaalibwa n'akuzibwa, ebintu by'alaba, byawulira, ne byayiga okuva ku bazadde be, abasomesa, baliraanwa n'emikwano biterekebwa mu bwongo ng'ebintu ebimanyiddwa. Omuntu bwakkiriza ekyo kyokka ekikkiriziganya n'ebyo byokka byazze atereka mu bwongo, kuno kuyitibwa okukkiriza okw'omubiri. Abantu abalina okukkiriza okw'ekika kino balowooza nti ekintu kirina kuva mu kirala ekibaddewo. Naye tebasobola kukkiririza mu njigiriza egamba nti waliwo ebitondebwa awatali mwe biva.

Eky'okulabirako, tebasobola kukkiriza nti Katonda yatonda eggulu n'ensi n'Ekigambo. Tebayinza kukkiririza mu kintu nga Yesu okukakkanya omuyaga ng'agulagira nti, "Sirika" (Makko 4:39). Nti Katonda yabikkula akamwa k'endogoyi n'eyogera. Yaganya Musa okwawula mu Nnyanja Emyufu n'omuggo gwe. Era yaleetera ekisenge ekigumu ennyo ekya Yeriko okugwa ng'Abaisiraeri beetoolodde bwetooloozi nga bwe baleekaana. Bino ebyaliwo tebikola makulu gonna, okusinziira kukutegeera kw'omuntu okwa bulijjo.

Ennyanja eyinza etya okwawulwamu? Ddala ennyanja esobola okwawulwamu olw'okuba omuntu ayimusizza omuggo gwe gy'eri? Kyokka, singa Katonda—Oyo atalina kimulema—akiganya okubaawo, kibaawo! Omuntu ayogera nti akkiririza mu Katonda kyokka nga talina kukkiriza kwa mwoyo tajja kukkiririza mu bino ebyabaawo. Kale omuntu alina okukkiriza okw'omubiri talina kukkiriza kumuganya kukkiriza, kale bwatyo abeera tasobola kugondera Kigambo kya Katonda. N'olwekyo abeera tasobola kufuna kuddibwamu eri okusaba kwe, era tasobola kufuna bulokozi. Yensonga lwaki okukkiriza kwe kuyitibwa 'okukkiriza okufu'.

Okwawukana kw'ebyo, okukkiriza okw'omwoyo— okukkiriza nti ekintu kisobola okutondebwa nga tekirina mwe kiva—kuyitibwa 'okukkiriza okulamu'. Abo abalina okukkiriza okw'ekika kino bajja kumenyaamenya ebirowoozo byabwe eby'omubiri, era tebajja kugezaako kutegeera embeera oba ekintu ekyabeerawo nga bakozesa amagezi gaabwe n'okumanya byokka. Abo abalina okukkiriza okw'omwoyo balina okukkiriza okubakkirizisa buli kimu ekiri mu Bayibuli nga bwe kiri. Okukkiriza okw'omwoyo kwe kukkiriza okukkiririza mw'ebyo ebitasoboka. Era olw'okuba kwe kutwala omuntu eri obulokozi, kwe kuyitibwa 'okukkiriza okulamu'. Bw'oba oyagala okufuuka omutuukirivu, olina okubeera n'okukkiriza okw'omwoyo.

Engeri ey'okufunamu okukkiriza okw'omwoyo

Okusobola okufuna okukkiriza okw'omwoyo, tulina okulwana okweggyako ebirowoozo byonna n'enjigiriza mu bwongo bwaffe ezitulemesa okufuna okukkiriza okw'omwoyo. Nga bwe kyawandiikibwa mu 2 Abakkolinso 10:5, Tulina okumenya empaka na buli kintu ekigulumivu ekikumbazibwa okulwana n'okutegeera kwa Katonda, era tejeemule buli kirowoozo okuwulira Kristo.

Okumanya, enjigiriza, eby'obukugu, n'ennono omuntu byayiga okuva mu buto tekitegeeza nti bye bituufu. Ekigambo kya Katonda kyokka kye kituufu olubeerera. Bwe tulemera ku ndowooza zaffe n'enjigiriza ze tumanyi nti ge mazima, olwo nno tewaba ngeri yonna gye tuyinza okukkirizaamu nti Ekigambo kya Katonda ge mazima. N'olwekyo, tetujja kusobola kufuna okukkiriza okw'omwoyo. Eyo yensonga lwaki kikulu nnyo okumenyaamenya endowooza zaffe, okusooka ekintu ekirala kyonna.

Era, okusobola okufuna okukkiriza okw'omwoyo, tulina okufuba okuwuliriza Ekigambo kya Katonda. Abaruumi 10:17

wagamba nti okukkiriza kuva mu kuwulira; n'olwekyo tulina okuwulira Ekigambo kya Katonda. Bwe tutawuliriza bigambo bya Katonda, tetujja kumanya kituufu—kale okukkiriza okw'omwoyo tekusobola kubaawo mu ffe. Bwe tugenda mu maaso n'okuwuliriza ebigambo bya Katonda oba obujjulizi bw'abantu abalala mu kusaba ne mu nkung'aana endala ez'ekkanisa, okukkiriza kumeruka mu ffe, wadde nga kusobola okubeera ng'okukkiriza okumanye mu kusooka.

Olwo nno, okusobola okukyusa okukkiriza kuno okwesigamiziddwa kw'ebyo ebimanyiddwa okufuuka okukkiriza okw'omwoyo, twetaaga okutambulira mu bigambo bya Katonda. Nga bwe kyawandiikibwa mu Yakobo 2:22 nti, okukkiriza kwakolebwa wamu n'ebikolwa bye, era okukkiriza kwe kwatuukirizibwa olw'ebikolwa bye.

Omuntu ayagala omupiira tasobola kufuuka musambi w'amaanyi olw'okuba asomye ebitabo bingi eby'ogera ku mupiira. Bwakung'anya okumanya okwo, kati abeera alina okuyita mu kutendekebwa okw'amaanyi okusinziira ku magezi ge yafuna, okusobola okufuuka omusambi ow'amaanyi. Mu ngeri y'emu, ne bw'osoma Bayibuli, okwenkana wa, ebikolwa byo bwe bibeera tebigoberera by'osoma, okukkiriza kwo kujja kusigala nga okukkiriza okumanye, era tojja kusobola kufuna okukkiriza okw'omwoyo. Bw'oteeka bye wawulidde mu nkola, olwo Katonda lwakuwa okukkiriza okw'omwoyo—okukkiriza okukuyamba okukkiriza okuva ku ntobo y'omutima gwo.

Kale nno, omuntu bw'aba nga akkiririza ddala okuva ku ntobo y'omutima gwe ekigambo kya Katonda ekigamba nti, "Musanyukenga bulijjo; musabe obutakoowa; mwebazenga mu buli kimu", Alina kubeera na bikolwa bya kika ki? Abeera alina okusanyukira mu mbeera ezisanyusa. So nga ne mu mbeera ezitasanyusa alina okusanyukanga. N'essanyu buli kimu ajja kukiteeka mu mikono gya Katonda. Ne bw'aba n'emirimu mingi egy'okukola, ajja kufissaayo obudde asabe. Era ne bw'aba ayita mu mbeera ki, ajja kwebazanga bulijjo, ng'akkiriza nti okusaba kwe kujja kuwulirwa Katonda Ayinza byonna. Mu ngeri eno, bwe tugondera ebigambo bya Katonda, Katonda asanyukira okukkiriza kwaffe, era n'atuggyako okusoomozebwa kwonna n'okubonaabona era n'addamu essaala zaffe, bwe tutyo ne tubeere nga ddala tulina ensonga ezitusanyusa n'okwebaza. Bwe tunyiikira okusaba, ne tweggyako agatali mazima mu mutima gwaffe nga tuyambibwako Omwoyo Omutukuvu, era ne tutambulira mu Kigambo kya Katonda, olwo nno okukkiriza kwaffe –okwesigamiziddwa kw'ebyo bye tumanyi kufuuka eddaala erituyamba Katonda okutuwa okukkiriza okw'omwoyo.

Bwe tubeera n'okukkiriza okw'omwoyo, tujja kugondera Ekigambo kya Katonda. Bwe tugezaako, n'okukkiriza, okuteeka mu nkola ekintu kye tutasobola kukola, olwo Katonda atuyamba ne tusobola okukikola. Eno yensonga lwaki okufuna emikisa egy'ebyensimbi kirina kubeera kyangu. Nga bwe kyawandiikibwa mu Malaki 3:10, bwe tuwaayo ekimu eky'ekkumi ekijjuvu, Katonda atuggulirawo emikisa mingi ddala era etterekero lyaffe n'erikulukuta! Kubanga tukkiriza nti bwe tusiga, tukungula ebintu ebikubisaamu emirundi 30, 60, 100 ebyo bye tusize, tusobola okusiga mu ssanyu. Bwe batyo, n'okukkiriza, abatuukirivu bwe bafuna okwagala kwa Katonda n'emikisa.

Engeri ez'okutambulira mu kukkiriza

Mu bulamu bwaffe obwa bulijjo, tusisinkana 'Ennyanja Emyufu' eyimirirawo mu maaso gaffe, 'Ekibuga Yeriko' kye tulina okusuula, ne 'Omugga Yoludaani' ogubimbye. Ebizibu bino bwe bijja mu maaso gaffe, okutambulira mu mazima kwe kutambulira mu kukkiriza. Eky'okulabirako, n'okukkiriza okw'omubiri, omuntu bwatukuba twandyagadde okumuddiza era ne tukyawa omuntu oyo. Naye bwe tubeera n'okukkiriza okw'omwoyo, tetuyinza kukyawa muntu oyo, kyokka wabula tulina kumwagala. Bwe tubeera n'okukkiriza kuno okulamu—

okukkiriza okw'okuteeka Ekigambo kya Katonda mu nkola—omulabe setaani atudduka, era ebizibu byaffe ne bigonjoolwa.

Abatuukirivu abatambulira mu kukkiriza bajja kwagala Katonda, bagondere n'okukuuma Amateeka Ge, era batambulire mu mazima. Olw'olumu abantu babuuza, "Tuyinza tutya okukuuma amateeka gonna?" Nga bwe kiri nti omwana alina okuwa bazadde be ekitiibwa, era omwami n'omukyala balina okwagalana, bwe tubeera nga ddala tweyita baana ba Katonda, kisaanidde ffe okubeera nga tukuuma amateeka Ge.

Eri abo abakkiriza abaggya abaakatandika okujja mu kkanisa, kiyinza okubeera ekizibu mu kusooka okuggala amaduuka gaabwe ku lunaku olwa Sande. Wadde bawulira nti Katonda ajja kubawa omukisa nga baggaddewo amaduuka gaabwe ku lunaku olwa sande, kibabeerera kizibu okugaggala, era kiyinza okubeera ekizibu okukkiriza mu kusooka. Kale mu mbeera ezimu, basobola okusaba ku makya ne baggulawo edduuka olw'eggulo.

Ku ludda olulala, eri abakkiriza abakuze okusingawo, amagoba si kizibu kyabwe. Kye basinga okussaako essira kwe kugondera Ekigambo kya Katonda, kale bagonda bwe baggalawo amaduuka gaabwe ku lunaku olwa Sande. Bwatyo Katonda alaba okukkiriza kwabwe era n'akakasa nti bakola amagoba agasinga ge bakola nga bagguddewo amadduuka ku Sande. Nga Katonda bwe yasuubiza, Ajja kubakuuma obutagwa mu kufiirwa, era ajja kubawa omukisa nga gusukundiddwa, gukatiddwa, era nga gwa muyiika.

Kino era kituukira ne ku kweggyako ebibi. Ebibi ng'obukyayi, obuggya, n'okwaka bizibu okweggyako, naye nga kisoboka okubyeggyako bwe tunyiikira okusaba. Nze okusinziira ku bye mpiseemu, eri ebibi ebitasobola kwegibwako n'okusaba kwokka, nga mbyeggyako n'okusiiba. Okusiiba okw'ennaku essatu bwe kutakola, nga nsiiba ennaku ttaano. N'azo bwe zitakola, nga ngezaako okusiiba ennaku omusanvu, oba n'ekkumi. Nga nsiiba okutuusa ng'ekibi nkyeggyeeko. Olwo ne nneesanga nga neggyako ebibi okusobola okwewala okusiiba! Bwe tuba nga tusobola okweggyako ebibi ebimu ebisinga obuzibu okweggyako, olwo nno ebibi ebirala byangu okweggyako. Kibeera nga okukuulayo omuti n'emirandira gyakwo. Bwe tukuulayo omulandira ogusinga obunene, olwo obulandira bwonna obutono buggira ku munene.

Bwe tuba nga twagala Katonda, okukuuma amateeka Ge tekibeera kizibu. Omuntu ayagala Katonda ayinza atya obutagondera Kigamba Kye? Okwagala Katonda kwe kugondera ebigambo Bye. Kale bw'oba ng'omwagala, osobola okukuuma amateeka Ge gonna. Ebizibu ebikuli mu maaso bisinga Ennyanja Emyufu obugulumivu oba by'amaanyi nnyo okusinga ekisenge ky'ekibuga Yeriko?

Bwe tubeera n'okukkiriza okw'omwoyo, ne tuteeka okukkiriza kwaffe mu bikolwa, era ne tutambulira mu kkubo ery'obutuukirivu, olwo nno Katonda ajja kugonjoola ebizibu byaffe byonna ebizibu are atugyeko okubonaabona. Gye tukoma okubeera abatuukirivu, ebizibu byaffe gye byanguwa okubeera nga bigonjoolebwa, era n'essaala zaffe gye zikoma okuddibwamu amangu! Kale, kansuubire nti mujja kweyagalira mu bulamu obulungi si ku nsi kuno kwokka, wabula n'emikisa egy'olubeerera mu Ggulu nga mugenda mu maaso n'okukkiriza nga abantu ba Katonda abatuukirivu!

Amakulu g'ebigambo

Ebirowoozo, Enjigiriza, n'ebyo Ebyaterekebwa ku bwongo
'Ebirowoozo', bikolera ku nkola y'emmeeme, okusobola okugyayo amagezi agaaterekebwa ku bwongo. Ebirowoozo bino bisobola okwawulwamu emirundi ebiri: ebirowoozo eby'omubiri ebyo ebikontana ne Katonda, n'ebirowoozo eby'omwoyo ebisanyusa Katonda. Mu magezi agaterekebwa ku bwongo bwaffe, bwe tulondako amazima, tujja kubeera n'ebirowoozo eby'omwoyo. So nga, bwe tulondako agatali mazima, tujja kubeera n'ebirowoozo eby'omubiri.

'Enjigiriza' Bye byo omuntu byakkiririzaamu ng'asinziira ku magezi gafunye okuyita mu byalabyeko, mu byasomye, oba byategedde. Enjigiriza zawukana okusinziira ku muntu byalabye, ebirowoozo bye, oba omulembe mwakulidde. Zireetawo enkaayana era ebiseera ebisinga zikontana n'Ekigambo kya Katonda.

'Entabiro' ekyo ekisangibwa mu bwongo nga kwekwesigamizibwa ebintu bingi era ng'omuntu kwasinziira okukkiriza nti mutuufu. Entabiro eno ezimbibwa buli muntu gyakoma okwerowoozaako nti mutuufu. Olw'ensonga eno, abantu abamu enneeyisa yaabwe yennyini efuuka entabiro, so nga abalala, bye bamanyi ne bye bayize kwe kwetooloolera okusalawo kwabwe okusinga era n'efuuka entabiro. Tulina okuwuliriza Ekigambo kya Katonda era ne tutegeera amazima okusobola okuzuula entabiro zino mu ndowooza zaffe era tuzimenyeemenye.

Essuula 8

Okuwulira Kristo

"Kuba newakubabadde nga tutambulira mu mubiri, tetulwana kugobereranga mubiri, kubanga eby'okulwanyisa eby'entalo zaffe si bya mubiri, naye bya maanyi eri Katonda olw'okumenya ebigo. Nga tumenya empaka na buli kintu ekigulumivu ekikulumbazibwa okulwana n'okutegeera kwa Katonda, era nga tujeemula buli kirowoozo okuwulira Kristo era nga tweteeseteese okuwalana eggwanga ku butagonda bwonna, okugonda kwammwe bwe kulituukirira."
(2 Abakkolinso 10:3-6)

Bwe tukkiriza Yesu Kristo, era ne tufuuka omuntu omutuukirivu alina okukkiriza okw'omwoyo, tusobola okufuna emikisa egitakkirizika okuva eri Katonda. Tetujja kukoma ku kuwa Katonda kitiibwa nga tukola omulimu gwa Katonda mu ngeri ey'amaanyi, kyokka na buli kye tusaba, Ajja kutuddamu era tusobola okutambulira mu bulamu obulungi mu mbeera zonna.

Kyokka eriyo abantu abamu abagamba nti bakkiririza mu Katonda, kyokka nga tebagondera Kigambo kya Katonda, nga n'olwekyo tebasobola kufuna butuukirivu bwa Katonda. Boogera nti basaba nnyo era bakola nnyo emirimu gya Mukama, kyokka nga tebafuna mikisa, era buli ssaawa kyenkana babeera mu kugezesebwa, okubonaabona, n'okulwala. Omuntu bw'aba n'okukkiriza, omuntu alina okutambulira mu Kigambo kya Katonda era afuna emikisa Gye emingi. Naye lwaki abakkiriza kino tebasobola kukikola? Kiri bwe kityo lwakuba bagenda mu maaso n'okubeera n'ebirowoozo eby'omubiri.

Ebirowoozo eby'omubiri ebyo ebiwakanya Katonda

Ekigambo "omubiri" kitegeeza omubiri gw'omuntu nga gugattiddwamu embala ey'ekibi. Embala zino ez'ekibi ge gatali mazima agali mu mutima gw'omuntu, ezitalagiddwa ku ngulu nga bikolwa. Agatali mazima gano bwe gavaayo mu ngeri ey'ebirowoozo, ebirowoozo bino biyitibwa "ebirowoozo eby'omubiri". Bwe tubeera n'ebirowoozo eby'omubiri, tetusobola kugondera mazima mu bujjuvu. Abaruumi 8:7 wagamba nti, "…kubanga okulowooza kw'omubiri bwe bulabe eri Katonda; kubanga tekufugibwa mateeka ga Katonda, kubanga n'okuyinza tegakuyinza."

Olwo, ebirowoozo bino eby'omubiri bye biri wa bye nnyini? Eriyo ebirowoozo bya bika bibiri. Ekisooka bye birowoozo eby'omwoyo ebituyamba okutambulira mu mazima, oba mu mateeka ga Katonda, ekika ekirala kye ky'ebirowoozo eby'omubiri ebitulemesa okugondera amateeka ga Katonda (Abaruumi 8:6). Nga tulondawo wakati w'amazima n'agatali mazima, tusobola okubeera n'ebirowoozo eby'omwoyo oba eby'omubiri.

Ebiseera ebimu bwe tulaba omuntu gwe tutayagala, ku ludda olumu, tusobola okubeera n'ebirowoozo eby'obutamwagala okusinziia ku kye tuwulira munda nga tumulabye. Ku ludda olulala, tuyinza okubeera n'ebirowoozo eby'okugezaako okumwagala. Bwe tulaba muliraanwa waffe ng'alina ekintu ekirungi, tusobola okubeera n'ebirowoozo eby'okukimubbako, oba ebirowoozo eby'obuteegombanga kintu kya muntu munno. Ebirowoozo ebikwatagana n'amateeka ga Katonda agagamba nti "Yagalanga Muliraanwa wo", ne "Teweegombanga", bino bibeera birowoozo eby'omwoyo. Naye ebirowoozo ebikusindiikiriza okubeera ng'okyawa n'okubba, ebintu ebikontana n'amteeka ga Katonda; bye birowoozo eby'omubiri.

Ebirowoozo eby'omubiri biwakana ne Katonda; n'olwekyo bikonya okukula kwaffe okw'omwoyo ate bikontana ne Katonda. Bwe tugoberera ebirowoozo eby'omubiri, tugenda tweyongerayo okubeera ewala ne Katonda, ne twekkiriranya n'ensi, era ekivaamu kwe kusisinkana ebizibu n'okubonaabona. Eriyo ebintu bingi bye tulaba, okuwulira, oba okuyiga okuva mu nsi eno. Ebisinga ku byo biwakana n'okwagala kwa Katonda era biwabya entambula yaffe mu kukkiriza. Tulina okukizuula nti ebintu bino byonna birowoozo bya mubiri ebikontana ne Katonda. Era bwe tuzuula ebirowoozo ebyo, tulina okubyegirako ddala. Ne bwe kibeera ng'ekitalina buzibu bwonna gyoli, bwe kibeera nga tekikwatagana na kwagala kwa Katonda, kibeera ekirowoozo eky'omubiri, era nga kibeera kikontana ne Katonda.

Katutunuulire ekyatuuka ku Peetero. Yesu bwe yagamba abayigirizwa engeri gye yali agenda okwambuka e Yerusaalemi akomererwe era azuukire ku lunaku olw'okusatu, Peetero n'agamba nti, "Nedda, Mukama wange! Ekyo tekirikubaako n'akatono" (Matayo 16:22). Naye Yesu n'akyuka n'agamba Peetero nti, "Dda ennyuma wange Setaani! oli nkonge Gyendi; kubanga tolowooza bya Katonda, wabula eby'abantu" (Matayo 16:23).

Ng'omuyigirizwa wa Yesu emmundu emmenye, Peetero kino yakyogera olw'okwagala ennyo omuyigirizwa we. Kyokka wadde ebigendererwa bye byali birungi, ebigambo bye byakontana okwagala kwa Katonda. Kubanga kwali kwagala kwa Katonda Ye okubeera nga agenda ku musalaba alyoke aggulewo ekkubo ery'obulokozi, Yesu kwe kweggyako Setaani, eyali agezaako okutabula Peetero okuyita mu birowoozo bye. Era ekyavaamu, bwe yeerabira ku kufa kwa Yesu n'okuzuukira, Peetero kwe kutegeera engeri ebirowoozo ebikontana ne Katonda bwe biri eby'obulabe, era n'amenyaamenya ebirowoozo ebyo. Era ekyavaamu, Peetero n'afuuka ekisumuluzo ekikulu mu kubuulira enjiri ya Kristo n'okuzimba ekkanisa eyasooka okubeera ng'enywera.

"Obutuukirivu obwemanye"—kye kimu ku birowoozo eby'omubiri ebisookerwako

Mu bika byonna eby'ebirowoozo eby'omubiri, "obutuukirivu obwemanye" kyakulabirako ekisookerwako. Mu ngeri ennyangu, "obutuukirivu obwemanye" kwe kukaayaana nti ggwe mutuufu. Omuntu bwazaalibwa, ayiga ebintu bingi okuva ku bazadde be n'abasomesa. Era ayiga ebintu bingi okuyita mu mikwano gye ne mu bifo eby'enjawulo omuntu gyayitira.

Naye nga omusomesa w'omuntu oba abazadde ne bwe babeera balungi nnyo, si kyangu omuntu okuyiga amazima gokka. Ebiseera ebisinga ayiga ebintu bingi ebikontana n'okwagala kwa Katonda. Kale buli omu agezaako okusomesa kyalowooza nti kye kituufu; kyokka, bwe bigeraageranyizibwa n'ekipimo kya Katonda eky'obutuukirivu, kyenkana ebintu byonna gatali mazima. Amazima gabeera matono. Kino kiri bwe kityo lwakuba tewali n'omu mulungi okujjako Katonda yekka (Makko 10:18; Lukka 18:19).

Eky'okulabirako, Katonda atugamba nti akukola obubi, mukole bulungi. Atugamba nti omuntu bwakukaka okumuwerekerako mayiro emu, muwerekere bbiri. Bwe bakutwalako ekikooti kyo, baweereko ne saati yaakwo. Atuyigiriza nti oyo aweereza ye mukulu; nti era oyo agaba era eyeewaayo ye muwanguzi ku nkomerero. Kyokka abantu kye balowooza okubeera 'obutuukirivu' kyawukana okuva ku muntu omu okudda ku mulala. Basomesa nti akufumbira ey'omutwe omufumbira ya bigere ne mwenkanya evvumbe, era tulina okufiirawo nga tulwanyisa obubi okutuuka nga tubuwangudde. Eky'okulabirako ekyangu ki kino. Omwana wo agenda ewa muliraanwa n'adda awaka ng'akaaba. Nga mu maaso ge mulinga nti omuntu amwagudde enjala. Mu kiseera kino, abazadde abasinga banyiiga nnyo era ne batandika n'okunenya omwana waabwe. Mu mbeera eziri siriyaasi, omuzadde ayinza okugamba, "Omulundi oguddako, totunulanga butunuzi nga bakuba. Weerwaneko!" babeera basomesa abaana baabwe nti okukubibwa kabonero ka bunafu, oba obeera osingiddwa.

Era, eriyo abantu nga bwe balwala. Nga tebafaayo ku mujanjabi bwawulira, basaba kino ne basaba kiri, nga bagala bawulire bulungi. Eri omulwadde, olw'okuba ali mu bulumi bungi alowooza ebikolwa bye tebirina mutawaana gwonna. Kyokka, Katonda atusomesa obuteenoonyeza byaffe, wabula okunoonya abalala kye bafunamu. Bwe bityo ebirowoozo by'omuntu n'ebirowoozo bya Katonda bwe biri eby'enjawulo. Ekipimo ky'omuntu eky'obutuukirivu, n'ekipimo kya Katonda eky'obutuukirivu bya njawulo.

Mu Lubereberye 37:2, tulaba Yusufu, olw'okwerowooza nti mutuukirivu, yalinga aloopa baganda be eri kitaabwe bye baakolanga ebibi. Nga ye tayagala bujeemu bwa baganda be. Naye singa Yusufu yali asinzizzaawo ku bulungi mu mutima gwe, yandinoonyeza amagezi ga Katonda n'afuna engeri ey'emirembe era esingako obulungi eri ekizibu kino naye n'atamalaako baganda be mirembe. Naye olw'obutuukirivu obwemanye, yakyayibwa baganda be, era ne bamutunda mu Misiri okuba omuddu. Kale mu ngeri eno, bw'onyiiza omuntu omulala olwa ggwe ky'olowooza nti bwe 'butuukirivu', olwo nno oyinza okusisinkana okubonaabona nga kuno.

Wabula, ekyatuuka ku Yusufu, oluvannyuma lw'okutegeera

obutuukirivu bwa Katonda okuyita mu kubonaabona n'okusoomoozebwa bye yasisinkana, yasuula eri obutuukirivu obwemanye era n'akuzibwa okutuuka ku ddaala lya katikkiro ow'e Misiri era n'afuna obuyinza okufuga abantu bangi ddala. Era yataasa n'ab'omu maka ge okufa enjala eyali ey'amaanyi, omuli ne baganda be bennyini abaamutunda mu buddu. Era yakozesebwa ng'omusingi mu kuzimba eggwanga lya Isiraeri.

Omutume Pawulo yamenyaamenya ebirowoozo bye eby'omubiri

Mu Bafiripi 3:7-9, Pawulo agamba nti, "Naye byonna ebyali amagoba gyendi, ebyo nnabirowooza nga kufiirwa olwa Kristo. Naye era n'ebintu byonna nnabirowooza nga kufiirwa olw'obulungi obungi obw'okutegeera Kristo Yesu Mukama wange, ku bw'oyo nnafiirwa ebintu byonna, era mbirowooza okubeera mpitambi, ndyoke nfune amagobe ye Kristo, era ndyoke ndabikire mu Ye..."

Yazaalibwa Taluso, ekibuga ekikulu eky'e Kirukiya, Pawulo yali mutuuze w'e Ruumi gye yazaalibwa. Olw'okuba yalina obutuuze e Ruumi abaali bafuga ensi mu kiseera ekyo kitegeeza nti yalina obuyinza mu bantu. Okwongereza ku kino, Pawulo yali Muyudaaya Omufalisaayo okuva mu kika kya Benyamini (Ebikolwa 22:3), era yasomesebwa ba Gamalyeri, abaali basinga mu kiseera ekyo.

Ng'omuntu eyali asinga Abayudaaya okuyaayaana, Pawulo yali ku mwanjo nnyo ogw'okuyigganya Abakristaayo. Eky'amazima, yali agenda Damasiko okukwata Abakristaayo abaali erudda eyo, weyasisinkanira Yesu Kristo. Okuyita mu nsisinkano eno ne Mukama, Pawulo yazuula ensobi ye era n'ategeera nti ddala Yesu Kristo ye Mulokozi. Okuva kw'olwo, okusoma kwe, bye yatwalanga eby'omuwendo, n'ekitiibwa yabyeresa n'agoberera Mukama.

Bwe yamala okusisinkana Yesu Kristo, nsonga ki eyaviirako Pawulo okulaba ebintu byonna nga okufiirwa? Yakizuula nti okumanya kwonna kwe yali alina kw'ava eri bantu, ebitonde obutonde, nga n'olwekyo byaliko ekkomo. Ate yali akitegedde nti omuntu lwasobola okufuna obulamu era ne yeeyagalira mu ssanyu ery'olubeerera mu Ggulu olw'okukkiririza mu Katonda n'okukkiriza Yesu Kristo, nti era entandikwa y'okumanya n'okutegeera kwonna, ye Katonda.

Pawulo yakitegeera nti amagezi g'ensi eno ge yali afunye mu kusoma gayamba mu ngeri yakubeerawo ku nsi kuno, naye amagezi ga Yesu Kristo ge magezi agakyasinzeeyo agasobola okugonjoola ebizibu by'omuntu ebisinga obukulu. Yakizuula nti amagezi ag'okumanya Yesu Kristo, mulimu amaanyi n'obuyinza ebitaliiko kkomo, mulimu obugagga, n'ekitiibwa. Olw'okuba kino yali akikkiririzaamu nnyo, amagezi gonna ge yali yafuna mu kusoma yagatwala nga kufiirwa era kasasiro ne byonna bye yali ku nsi kuno. Bino byonna yabikola okusobola okufuna Kristo asobole okuzimbibwa mu ye.

Omuntu bw'aba n'emputu ng'alowooza nti, "Mbimanyi", era nga yeemanyi nnyo, nga bw'alowooza nti, "Mbeera mutuufu essaawa yonna", olwo nno talisobola kwezuula kye nnyini kyali, era bulijjo ajja kulowoozanga nti yasinga. Omuntu ow'ekika kino tajja kuwuliriza balala n'omutima omukakkamu; n'olwekyo talina kyayinza kuyiga, era tasobola kutegeera kintu kyonna. Kyokka, ye Pawulo bwe yasisinka Yesu Kristo, omusomesa omukulu ennyo atasangikanga. Okusobola okutwala byasomesa ng'ebibye, yeggyako ebirowoozo bye byonna eby'omubiri bye yasooka okutwala ng'ebituufu. Kino kyali bwe kityo lwakuba Pawulo yalina okweggayko ebirowoozo bye eby'omubiri okusobola okufuna amagezi ga Kristo amakulu.

N'olwekyo, omutume Pawulo yasobola okufuna obutuukirivu obwasanyusa Katonda, nga bwe yayogera nti, "...nga ssirina butuukirivu bwange obuva mu mateeka, wabula obutuukirivu obuliwo olw'okukkiriza Kristo, obuva eri Katonda mu kukkiriza" (Bafiripi 3:9).

Obutuukirivu obuva eri Katonda

Nga tannasisinkana Mukama, omutume Pawulo yakuumanga amateeka butiribiri era nga yeetwala okuba omutuukirivu. Naye bwe yamala okusisinkana Mukama n'okufuna Omwoyo Omutukuvu, yeezuula ddala ki kyali era kwe kwatula nti, "Kristo Yesu yajja mu nsi okulokola abalina ebibi mu bo nze ow'olubereberye" (1 Timoseewo 1:15). Yali akizudde nti alina byombi, ekibi ekisikire n'ebibi bye yeekolera /ebibi bye nnyini, nti era yali anaatera okujjuzibwa okwagala okw'amazima era okw'omwoyo. Singa okuva olubereberye yali mutuukirivu era ng'atambulira mu kukkiriza okusanyusa Katonda, yandibadde ategeera Yesu y'ani era n'amuweererezaawo mu ntandikwa. Kyokka, teyategeera Mulokozi, kyokka ate n'adda mu kwenyigira mu kuyigganya abo abaali bakkiririza mu Yesu. Kale mu mbeera zonna, naye teyayawukana n'Abafalisaayo abaakomerera Yesu ku musalaba.

Mu biseera by'Endagaano Enkadde, baalinanga okusasula eriiso ku lw'eriiso n'erinnyo ku lw'erinnyo. Okusinziiira ku Mateeka, omuntu bwe yattanga oba okukola obwenzi, ng'abamukuba amayinja okutuuka lw'afa. Naye Abafalisaayo tebaategeera omutima Katonda ogwali mu Mateeka ago. Nga lwaki Katonda kwagala ateekawo amateeka ng'ago?

Mu biseera by'Endagaano Enkadde, Omwoyo Omutukuvu yali tatuula mu mitima gy'abantu. Era kyali kizibu bo okubeera nga beekomako obutakola bintu bimu, okusinga ffe abafunye Omwoyo Omutukuvu, Omuyambi, mu biseera by'Endagaano Empya. N'olwekyo, ekibi kyandibunye wonna mangu nnyo singa tewaali kubonerezebwa okujjako okusonyibwa kwokka.

Olw'ensonga eno, okusobola okuziyiza abantu okukola ebibi n'okuziyiza ekibi okubuna wonna amangu, baalina okusasulira obulamu ku lw'obulamu, eriiso ku lw'eriiso, erinnyo ku lw'erinnyo, n'ekigere ku lw'ekigere. Era, okutta n'okwenda byali bibi binene nnyo, okusinziira ku kipimo ky'ensi. Omuntu akola ebibi bino abeera n'omutima omugumu ennyo. Kyandibadde kizibu nnyo omuntu ng'ono okukyusa okuva mu mbeera ezo. Kale, engeri gye yali tagenda kusobola kufuna bulokozi, era ng'agenda mu Ggeyeena, nga kisingako n'akubwa amayinja ekibonerezo ekyo kisobole okukola ng'essomo eri abantu abalala.

Kuno nakwo kwagala kwa Katonda, naye nga Katonda teyagenderera muntu kubeera na kukkiriza okufugibwa amateeka ng'omuntu alina okusasula eriiso ku lw'eriiso, n'erinnyo ku lw'erinnyo. Mu Ekyamateeka olwokubiri 10:16, Katonda yagamba, "Kale mukomole ekikuta ky'omutima gwammwe, so temubanga nate ba nsingo nkakanyavu." Ne mu Yeremiya 4:4 wagamba, "Mwekomole eri MUKAMA, muggyewo ebikuta eby'emitima gyammwe, mmwe abasajja ba Yuda n'abali mu Yerusaalemi; ekiruyi Kyange kireme okufuluma ng'omuliro ne kyokya ne wataba ayinza okukizikiza olw'obubi obw'ebikolwa byammwe."

Osobola okulaba nti ne mu biseera by'Endagaano Enkadde, bannabbi abo Katonda be yakkiriza baali tebalina kukkiriza kw'amateeka. Kino kiri bwe kityo lwakuba Katonda kye nnyini kyayagala kwe kwagala okw'omwoyo n'okusaasira. Nga Yesu Kristo bwe yatuukiriza amateeka n'okwagala, bannabbi abo ne bajjaffe ab'okukkiriza abaafuna okwagala kwa Katonda n'emikisa baanoonyanga kwagala na mirembe.

Mu mbeera ya Musa, abaana ba Isiraeri bwe baali banaatera okuzikirizibwa olw'okuba baali bakoze ekibi ekitasonyiyika, yeegayirira ku lwabwe ng'asaba Katonda waakiri ye afiirwe obulokozi bbo babufune. Kyokka ye Pawulo teyali bwatyo nga tannasisinkana Yesu Kristo. Yali si mutuukirivu mu maaso ga

Katonda. Yali mutuukirivu mu maaso ge ye.

Yamala kusisinkana Kristo olwo lwe yalaba nti ebintu bye yatwalanga ng'ebikulu kwali kufiirwa, era n'atandika okubunyisa enjiri ennamu eya Kristo. Olw'okwagala kwe ennyo eri emyoyo, Pawulo yatandika amakanisa mangi, buli yonna gye yalaganga, era n'awaayo obulamu bwe ku lw'enjiri. Yatambulira mu bulamu obw'omuwendo era obusaanidde.

Sawulo yajeemera Katonda n'ebirowoozo eby'omubiri

Sawulo kyakulabirako kirungi nnyo eky'omusajja eyawakanya Katonda olw'ebirowoozo eby'omubiri. Nnabbi Samwiiri ye yamufukako amafuta, era Sawulo ye yali kabaka wa Isiraeri eyasooka eyafuga okumala emyaka 40. Nga tannafuuka kabaka, yali musajja mwetowaaze. Naye bwe yamala okufuuka kabaka, yatandika mpola okufuuka ow'amalala era ne gagenda nga geeyongera. Eky'okulabirako, Isiraeri bwe yali yeetegeka okugenda mu lutalo n'aba Firisuuti, Nnabbi Samwiiri n'atajjira mu budde bwe nnyini bwe baali balagaanye okugirako, abantu ne batandika okusaasaana, wadde kabona yekka ye yali alina okuwaayo ssaddaaka ku kyoto, Sawulo yeeweerayo ssadaaka, nga ye bwe yalowooza, n'akola ekikontana n'okwagala kwa Katonda. Era Samwiiri bwe yamunenya olw'obutatya kifo kitukuva awalina okutuuka kabona yekka, mu kifo ky'okwenenya, Sawulo yayanguwa okwewolereza.

Era ne Katonda bwe yamugamba 'okumalirawo ddala Abameleki ng'abazikiriza', teyagonda. Kabaka yawamba muwambe. Era n'ensolo ezaali zirabika obulungi n'azo teyazitta n'alyoka akomawo n'azo okuva mu lutabaalo. Olw'okuba yakkiriza ebirowoozo bye eby'omubiri okuyingirawo, yasoosa ebirowoozo bye ye okusinga ekigambo kya Katonda. Ate yagamba n'abantu be okumugulumiza. Ekyavaamu, Katonda n'amuggyako amaaso Ge, era n'abonyaabonyezebwa emyoyo emibi. Kyokka ne mu mbeera nga zino, yagaana okuva ku bubi, era n'agezaako okutta Dawudi, oyo Katonda gwe yali alonze. Katonda yawa Sawulo emikisa mingi egy'okukyusa, naye teyasobola kweggyako birowoozo bya mubiri, era nate n'addamu okujeemera Katonda. Era ekyavaamu, kwe kukwata ekkubo ery'okufa.

Engeri ey'okutuukirizaamu obutuukirivu bwa Katonda okuyita mu kukkiriza

Olwo tuyinza tutya okweggyako ebirowoozo eby'omubiri ebiwakanya Katonda ne tufuuka abatuukirivu mu maaso ga Katonda? Nga tumenya empaka na buli kintu ekigulumivu ekikulumbazibwa okulwana n'okutegeera kwa Katonda, era nga tujeemula buli kirowoozo okuwulira Kristo (2 Abakkolinso 10:5).

Okugondera Kristo tekitegeeza kubeera ku njegere oba okubonaabona. Lye kkubo eri emikisa n'obulamu obutaggwaawo. Eno yensonga lwaki abo abakkiriza Yesu Kristo ng'omulokozi waabwe era ne beerabira ku kwagala kwa Katonda okutalojjeka bagondera Ekigambo Kye era ne bagezaako okufaanana omutima Gwe.

Kale, okusobola okufuna obutuukirivu bwa Katonda okuyita mu kukkiririza mu Yesu Kristo, twetaaga okweggyako buli kika kya bubi (1 Abasessaloniika 5:22) era tunoonye okutuukiriza obulungi. Tojja kubeera na birowoozo bya mubiri bw'oba tolina gatali mazima mu mutima gwo. Ofuna omulimu gwa Setaani n'okwata ekkubo ebbi gy'okoma okubeera n'agatali mazima mu ggwe. N'olwekyo, okugondera Kristo kitegeeza okweggyako agatali mazima mu ffe n'okumanya wamu n'okutambulira mu Kigambo kya Katonda.

Katonda bwatugamba "tweweeyo mu kukung'anira awamu", olwo nno awatali kuteekamu birowoozo byaffe, tulina okwewaayo mu kukung'anira awamu. Bwe tubeera mu kusaba, tulina okutegeera engeri za Katonda era tugonde bwe tutyo. Kyokka, okumanya Ekigambo kya Katonda tekitegeeza nti tusobola okukissa mu nkola amangu ago. Tulina okusaba okusobola okufuna amaanyi agatusobozesa okuteeka Ekigambo mu nkola. Bwe tusaba, tujjula Omwoyo Omutukuvu, era tusobola okweggyako ebirowoozo eby'omubiri. Naye bwe tutasaba, ebirowoozo byaffe eby'omubiri bijja kutuwamba bituwabye.

N'olwekyo, tulina okusaba nga bwe tufuba n'okutambulira mu Kigambo kya Katonda. Nga tetunnasisinkana Yesu Kristo, tuyinza okuba nga twagobereranga okuyaayaana kw'omubiri nga tugamba nti, 'katulye ku bulamu, tweyagalemu, katunywe tulye tweyagale'. Naye bwe mwamala okusisinkana Yesu Kristo, tulina okulowooza ku ngeri gye tuyinza okutuukirizaamu obwakabaka Bwe n'obutuukirivu Bwe, era tulina okukola ennyo okuteeka okukkiriza kwaffe mu nkola. Tulina okuzuula n'okweggyako obubi gamba nga obukyayi obuggya ebyo ebikontana n'Ekigambo kya Katonda. Tulina okukola nga Yesu bwe yakola—nga twagala abalabe baffe n'okwessa wansi nga bwe tuweereza abalala. Olwo nno, kino kitegeeza nti tuli mu kufuna obutuukirivu bwa Katonda.

Nsuubira nti munaasobola okumenyaamenya empaka zonna na buli kintu ekigulumivu ekikulumbazibwa okulwana n'okutegeera kwa Katonda, nga mujeemula buli kirowoozo okuwulira Kristo ng'omutume Pawulo bwe yakola, musobole okufuna amagezi n'okutegeera okuva eri Katonda era mufuuke abatuukirivu abo abali obulungi mu bintu byonna.

Amakulu g'ebigambo

Obutuukirivu obw'okukkiriza, Obw'obugonvu, n'obw'ebikolwa

Obutuukirivu obw'okukkiriza kwe kulaba ebinaavaamu nga birungi n'amaaso ag'okukkiriza, nga olaba embeera nga bw'eri olw'okwesigama ku Kigambo kya Katonda. Si kwesigama ku birowoozo by'omuntu n'obusobozi bwe, wabula ku Kigambo kya Katonda kyokka.

Obutuukirivu obw'obugonvu si kugondera bugondezi ekiragiro omuntu kyasobola okwekolera n'amaanyi ge saako n'obusobozi. Gabeera gakyali mazima, okugondera n'ekiragiro omuntu kyalowooza nti tekisobola kukoleka. Omuntu bw'aba n'obutuukirivu obw'okukkiriza abeera asobola n'okutuukiriza obutuukirivu obw'obugonvu. Omuntu atuukiriza obutuukirivu obw'obugonvu okusinziira ku butuukirivu bwe obw'okukkiriza, asobola okugonda n'okukkiriza, ne mu mbeera erabika ng'etasoboka.

Obutuukirivu obw'ebikolwa bwe busobozi okutambulira mu kwagala kwa Katonda awatali kwewolereza kwonna, kasita kibeera nga Katonda kyayagala. Obusobozi bw'okuteeka mu nkola obutuukirivu obw'ebikolwa bwawukana ku buli muntu okusinziira ku mbala y'ekibya n'embala ey'omutima. Omuntu gyakoma okweggyako okweyagaliza yekka kyokka n'ayagaliza abalala, omuntu gyakoma okutuukiriza ekika ky'obutuukirivu buno.

Essuula 9

Oyo Mukama Gw'atendereza

"Kubanga eyeetendereza yekka si ye asiimibwa, wabula Mukama waffe gw'atendereza."
(2 Abakkolinso 10:18)

Ne bwe tubeera mu kisaawe ki, bwe tukola obulungi mw'ekyo kye tukola, tusobola okusiimibwa. Kyokka, waliwo enjawulo wakati w'okusiimibwa omuntu yenna abeera alondeddwa, n'okubeera ng'osiimibwa omukugu mu kisaawe ekyo ky'olimu. Kale Mukama waffe, Kabaka wa bakabaka, Mukama wa bakama bwatusiima, kale essanyu eryo terisobola kugeraageranyizibwa na kintu kirala kyonna mu nsi!

Oyo Mukama waffe gw'atendereza

Katonda asiima abantu abo abalina emitima emituukirivu, era abalina evvumbe lya Kristo. Mu Bayibuli, tetutera kusanga nnyo wantu nga Yesu aliko gw'asiima. Era nga lwakikoze, takyogera butereevu bwatyo, wabula ng'akiyisa mu ngeri ndala gamba nga, "Okoze ekintu ekituufu." "Jjukiranga." "Kino mukibunye mu nsi yonna."

Mu Lukka essuula 21, tulaba namwandu omwavu ng'awaayo ekiweebwayo eky'e sente ebbiri zokka. Yesu yamusiima namwandu ono olw'okuwaayo kyonna kye yalina, nga Ayogera nti, "Mazima mbagamba nti Nnamwandu ono omwavu asuddemu bingi okusinga bonna; kubanga abo bonna basuddemu ku bibafikkiridde mu birabo, naye oyo mu kwetaaga kwe asuddemu byonna byali nabyo, bwe bulamu bwe bwonna" (olu. 3-4).

Mu Makko essuula 14, tusoma nga waliwo omukazi eyayiwa ku mutwe gwa Yesu akawoowo ak'ebbeeyi ennyo. Abamu ku bantu abaaliwo awo ne bamunenya nga bagamba nti, "Kubanga amafuta gano bandiyinzizza okugatundamu eddinaali ebikumi bisatu n'okusingawo n'okugabira abaavu" (olu. 5).

Eri kino, Yesu kwe kwogera nti, "Abaavu be muli nabo bulijjo, na buli lwe mwagala muyinza okubakola obulungi, naye Nze temuli Nange bulijjo. Akoze nga bw'ayinzizza; asoose okufuka amafuta ku mubiri Gwange nga bukyali okunziika. Mazima mbagamba nti Enjiri buli gy'eneebuulirwanga mu nsi zonna, n'ekyo omukazi ono ky'akoze kinaayogerwangako okumujjukira" (olu. 6-9).

Bw'oba oyagala okusiimibwa Mukama mu ngeri eno, olwo nno obeera olina okusooka okukola ky'olina okukola. Kale nno, katwongera okusoma ku bintu ebyo bye nnyini bye tulina okukola ng'abaana ba Katonda.

Okutenderezebwa Katonda

1) Nnyiikiranga okuzimba ekyoto mu maaso ga Katonda

Olubereberye 12:7-8 wagamba nti, "Mukama n'alabikira

Ibulaamu, n'ayogera nti, 'Ezzadde lyo ndiriwa ensi eno, n'azimbira eyo ekyoto eri MUKAMA eyamulabikira. N'avaayo n'agenda awali olusozi ku luuyi olw'ebuvanjuba; olw'e Beseri n'asimba eweema ye, e Beseri nga kiri ku luuyi olw'ebugwanjuba, ne Ayi ku luuyi olw'ebuvanjuba, n'azimbira eyo ekyoto eri MUKAMA, N'akaabira erinnya lya MUKAMA." Era ne mu Lubereberye 13:4 ne 13:18, Era kyawandiikibwa nti Ibulayimu yazimbira Katonda ekyoto.

Mu Lubereberye essuula 28 tulaba engeri Yakobo gye yazimbamu ekyoto mu maaso ga Katonda. Bwe yali adduka ku muganda we eyali agezaako okumutta, Yakobo n'atuuka awantu we yeebaka nga yeezizise ejjinja. Mu kirooto kye, n'alaba eddaala nga lituuka ku ggulu, era n'alaba ne bamalayika ba Katonda nga bambuka bwe bakkirira eddaala, era n'awulira eddoboozi lya Katonda. Bwe yazuukuka enkeera, Yakobo n'akwata ejjinja lye yali yeezizise, n'aliyimiriza ng'empagi, n'aliyiwako amafuta, era n'asinzizza awo Katonda.

Mu makulu aga leero, okuzimba ekyoto mu maaso ga Katonda kubeera nga kugenda ku kkanisa n'osaba. Kwe kuwaayo ssaddaaka ey'amazima n'omutima gwo gwonna n'okwebaza; kwe kuwuliriza Ekigambo kya Katonda n'okukiyingiza mu mitima gyaffe ng'emmere ey'ekiriisa gye tuli. Kwe kukwata ekigambo kye tuwulidde ne tukiteeka mu nkola. Mu ngeri eno, bwe tusinza mu mwoyo ne mu mazima, era nga bwe tugenda mu maaso n'okutambulira mu Kigambo, Katonda tumusanyusa era n'atukulembera eri obulamu obw'emikisa.

2) Yimusa essaala ezo Katonda zayagala okuwulira

Okusaba kwe kussa okw'omwoyo. Kwe kuwuliziganya ne Katonda. Omugaso gw'okusaba guteekebwako nnyo essira mu bifo bingi mu Bayibuli yonna. Kale tetulina kumugamba buli kantu, kubanga byonna Abimanyi. Kyokka, olw'okuba ayagala

okuwuliziganya naffe n'okugabana naffe okwagala, Katonda yakola ekisuubizo mu Matayo nti 7:7, "Musabe, muliweebwa."
Emyoyo gyaffe okusobola okukulaakulana n'okugenda mu Ggulu, twetaaga okusaba. Okujjako nga tujjuziddwa ekisa n'amaanyi ga Katonda n'obujjuvu bw'Omwoyo Omutukuvu, lwe tusobola okwegyako ebirowoozo eby'omubiri ebyo ebikontana n'amazima era lwe tusobola okujjuzibwa n'Ekigambo kya Katonda, nga ge mazima. Era, twetaaga okusaba okusobola okufuuka abantu abamazima abantu ab'omwoyo. Nga tusaba, buli kintu kijja kututambulira bulungi era tujja kubeera balamu nga ne mmeeme zaffe nazo zikulaakulana.
Abo bonna abantu abaayagalwa era ne bakkirizibwa Katonda be bantu abaasaba. 1 Samwiiri 12:23 wagamba, "Era nze kiddire eri nze okusobya ku MUKAMA nga ndekayo okubasabira." Okusobola okubaako eky'okufuna okuva eri Katonda ekitasoboka n'amaanyi ga bantu, twetaaga okuwuliziganya ne Katonda. Danyeri, Peetero, n'omutume Pawulo bonna baali bantu abaasaba. Yesu yasabanga ku makya ennyo n'olumu eyo mu kiro kyonna. Emboozi ya Yesu bwe yasaba okutuuka entuuyo lwe zaafuuka amatondo g'omusaayi e Gesesumaane emanyiddwa nnyo.

3) Beera n'okukkiriza okufuna eby'okuddamu

Mu Matayo essuula 8, omukulu w'ekitongole yajja okulaba Yesu. Mu kiseera ekyo Isiraeri yali etwalibwa Baruumi. Omukulu w'ekitongole mu ggye ly'Abaruumi yandibadde nga munnamaggye ali ku ddaala erya waggulu olwaleero. Omukulu w'ekitongole kwe kusaba Yesu okuwonya omuddu we eyali akoozimbye. Yesu yalaba okwagala n'okukkiriza kw'omukulu w'ekitongole, bwatyo n'akkiriza okugenda okuwonya omuddu we.
Kyokka omukulu w'ekitongole n'ayatula n'okukkiriza bwati,

"Mukama wange, sisaanira ggwe, okuyingira wansi w'akasolya kange, naye yogera kigambo bugambo omulenzi wange, anaawona. Kubanga nange ndi muntu mutwalibwa, nga nina baserikale be ntwala, bwe ng'amba oyo nti, 'Genda!' agenda n'omulala nti, 'Jangu!' ajja, n'omuddu wange nti 'Kola oti!' bwakola" (Matayo 8:8-9).

Bwe yalaba okukkiriza kw'omukulu w'ekitongole n'obwetowaaze nga bya muwendo nnyo, Yesu kwe kwogera nti, "Ddala mbagamba nti, Sinnalaba kukkiriza kunene nga kuno, newakubadde mu Isiraeri" (olu. 10). Abantu bangi beegomba okubeera n'okukkiriza nga kuno, naye tetusobola kumala gafuna kukkiriza kwa kika kino wonna we twagalidde. Gye tukoma okubeera n'obulungi mu mutima gwaffe ne gye tukoma okuteeka Ekigambo mu nkola, gye tukoma okufuna okukkiriza okw'ekika kino okuva eri Katonda. Olw'okuba omukulu w'ekitongole yalina omutima omulungi, kye yalaba n'okuwulira okuva eri Yesu, yakkiririzaawo. Mu ngeri eno, Katonda asiima oyo yenna akkiriza era n'ateeka okukkiriza kwe mu nkola, era Katonda akola kusinziira ku kukkiriza kwabwe.

4) Beera n'omutima omuwombeefu mu maaso ga Katonda

Mu Makko essuula 7, Omukazi Omusulofoyiniiki yajja eri Yesu n'omutima omuwombeefu, ng'ayagala amuwonyeze muwala eyali yalinnyibwako dayimooni. Omukazi bwe yamusaba okumuwonyeza muwala we, Yesu kwe kuddamu nti, "Leka abaana bamale okukkuta; kubanga si kirungi okuddira emmere y'abaana okugisuulira embwa" (olu. 27). Omuukazi teyanyiiga oba okuwulira obubi, wadde yali ageraageranyiziddwa ku mbwa.

Olw'okuba yali ajjudde okwagala okungi okw'okulaba nti muwala we awona, nga tafaayo ku kintu kyonna, ate ng'akkiriiza ne mu Yesu, oyo amazima gennyini, yeetoowaza mu buwombeefu n'agenda mu maaso n'okwegayirira, "Weewaawo Mukama wange, n'embwa ziriira wansi w'emmeeza obukunkumuka bw'abaana" (olu. 28). Yesu yakwatibwako okukkiriza kwe n'obwetowaaze era n'addamu okusaba kwe, "Weddireyo, dayimooni avudde ku muwala wo" (olu. 29). Twetaaga obwetoowaze nga buno mu maaso ga Katonda bwe tubeera nga tumunoonya n'okusaba.

5) Ssiga n'okukkiriza

Okusiga n'okukkiriza nakyo kitundu ku butuukirivu, Katonda bwasiima. Bw'oba oyagala okufuuka omugagga, ssiga okusinziira ku tteeka ly'okusiga n'okukungula. Kino kituukira nnyo mu kuwaayo ekimu eky'ekkumi, ekiweebwayo, n'okwebaza. Na bwe tutunuulira amateeka ag'obutonde, tusobola okukiraba nti ky'osiga ky'okungula. Bw'osiga eng'ano, ojja kukungula ng'ano, era bw'osiga ebijanjaalo, ojja kukungula bijanjaalo. Bw'osiga kitono, era ojja kukungula kitono, ate bw'osiga ekingi, ne ky'okungula kibeera kingi. Bw'osiga mu ttaka egimu, ojja kukungula ebibala ebirungi; era gy'okoma okulongoosa n'okutereeza, n'eby'okungula gye bikoma okulabika obulungi.

Ebiweebwayo bye tukola mu maaso ga Katonda bikozesebwa mu kulokola emyoyo egyabula, okuzimba ekkanisa, n'okuwagira obuminsane saako okuyamba abeetaaga. Yensonga lwaki tusobola okulaga okwagala kwaffe eri Katonda okuyita mu biweebwayo byaffe. Ebiweebwayo bikozesebwa okutuukiriza obwakabaka bwa Katonda n'obutuukirivu Bwe, kale Katonda akkiriza ebiweebwayo bino n'essanyu era n'atuwa omukisa ng'atuddizaawo n'okukubisaamu ebitundu 30, 60, oba 100. Olowooza Katonda Omutonzi yandibadde abulwa ki, atuuke okutugamba okuwaayo Gyali? Ali mu kutuwa omukisa okukungula ekyo kye tusiga era ne tufuna emikisa Gye!

Nga bwe kyawandiikibwa mu 2 Bakkolinso 9:6-7, "Naye kye njogedde kino nti, asiga entono, alikungula ntono, era asiga ennyingi, alikungula nnyingi. Buli muntu akolenga nga bw'amaliridde mu mutima gwe, si lwa nnaku, newakubadde olw'okuwalirizibwa, kubanga Katonda ayagala oyo agaba n'essanyu."

6) Weesige era weesigame ku Katonda ekiseera kyonna

Dawudi bulijjo yeebuuzanga ku Katonda, bwatyo Katonda n'amukulembera mu ntambula ye era n'amuyamba okwewala ebizibu bingi. Dawudi yabuuzanga Katonda, "Kino nkikole, oba kiri nkikole?" Kyenkana mu buli kimu, era ngagoberera okulung'amya Kwe (Soma: 1 Samwiri essuula 23). Yensonga lwaki yasobola okuwangula entalo nnyingi. Yensonga lwaki Katonda ayagala nnyo abaana Be abo abamwebuuzaako kye babeera bakola. Kyokka, bwe tuba nga tuyita Katonda 'Kitaffe', kyokka nga twesiga ensi oba amagezi gaffe okusinga Katonda, olwo nno Katonda abeera tasobola kutuyamba.

Gye tukoma okubeera mu mazima, gye tukoma okwebuuza ku Katonda era ne Mukama gyakoma okututendereza mu buli kyonna kye tukola, tulina okuwambaatira amagezi ag'okwebuuza ku Katonda okusookera ddala, era tulinde okufuna okuddibwamu Kwe n'okulung'amizibwa.

7) Gondera Ekigambo kya Katonda

Olw'okuba Katonda yatulagira, "Okukuumanga Olunaku olwa Ssabbiiti nga Lutukuvu," tulina okugendanga ku kkanisa, okusinzanga, okubeera n'okussa ekimu ne bakkiriza bannaffe, n'okumalako olunaku olwo mu ngeri entukuvu. Era olw'okuba Yatulagira nti "Musanyukenga bulijjo, era mwebazenga mu buli kimu," tulina okusanyukanga n'okwebaza embeera ne bw'ebeera etya ezze gye tuli. Abantu abakuuma amateeka Ge nga gano mu mitima gyabwe era ne bagagondera, bafuna omukisa ogw'okubeera bulijjo mu maaso ga Katonda.

Okuyita mu bugonvu, Peetero, omuyigirizwa wa Yesu, yeerabira ku kyamagero ekitali kya bulijjo. Okusobola okusasula omusolo gwa yeekaalu, Yesu yagamba Peetero nti "genda ku nnyanja, osuule eddobo, onnyulule ekyennyanja ekinaasooka okubbulukuka bw'onooyasamya akamwa kaakyo, onoolabamu esutateri, otwaleyo eyo, ogibawe ku bwange ne ku bubwo" (Matayo 17:27). Singa Peetero yali agaanyi okukkiriza mu bigambo bya Yesu era n'atagenda ku nnyanja okukwata eky'ennyanja ekyo, olwo nno teyandyerabidde ku kino ekyaliwo ekyewuunyisa. Naye Peetero yagonda n'asuula eddobo, era n'asobola okwerabira ku maanyi ga Katonda ag'ekitalo.

Emirimu gyonna egy'okukkiriza egyawandiikibwa mu Bayibuli giringa egyabaawo mu ngeri y'emu. Katonda bwakola Akola okusinziira ku kigero ky'okukkiriza ekya buli muntu. Tajja kusindiikiriza muntu alina okukkiriza okutono okubeera ng'akola ekyo ekitali mu busobozi bwe. Asooka n'amuwa omukisa okubeera nga yeerabira ku maanyi Ge ng'agonda mu kantu akatono, olwo nno n'amwongerako kukukkiriza okw'omwoyo okuyita mu kyo. Kale omulundi oguddako, ajja kusobola okugonda mu kintu ekisingako obunene.

Kkomerera okwegomba n'okuyaayaana kwo ku musalaba

Wetutuukidde wano, nga tuyize ebintu bye tulina okukola okusobola okubeera nga tutenderezebwa, nga tusiimibwa, n'okulangirirwa nti tuli batuukirivu mu maaso ga Katonda. Era, bwe tukomerera okuyaayaana kwaffe n'okwegomba ku musalaba, Katonda ekyo akitwala nga butuukirivu, era n'atusiima. Naye nga lwaki okwegomba n'okuyaayaana bitwalibwa ng'ebibi? Abaggalatiya 5:24 wasoma nti, "N'abo aba Kristo Yesu baakomerera omubiri wamu n'okukwatibwa n'okwegomba kwago." Watugamba nti tulina okufuba mu buvumu okweggyako ebintu ebyo.

'Okwegomba' kwe kuwaayo omutima gwo n'okuwambaatira omutima gw'omulala. Bwe bumu bw'owulira n'omuntu gye mukoma okumanyagana n'okuzimba enkolagana. Kino tekituukira ku bantu ababiri abagalana bokka, wabula kituukira ne ku bantu ab'omu maka agamu, emikwano, ne baliraanwa. Naye 'olw'okwegomba kuno', tusobola okufuna mangu kyekubiira n'okutandika okulowooleza okumpi. Eky'okulabirako, abantu abasinga tebasonyiwa muliraanwa bwakola ensobi entono, kyokka ng'ate abaana baabwe bwe bakola ensobi y'emu babasonyiwa mangu n'okubategeera. Naye okwegomba okw'ekika kino tekuyamba ggwanga, amaka, oba omuntu ssekinnoomu okubeera ng'ayimirira mu butuukirivu.

'Okuyaayaana' n'akwo kwe kumu. Ne Dawudi, omuntu eyayagalwa ennyo Katonda, yamaliriza akoze ekibi ekinene ennyo eky'okutta omwami wa Basuseba ataalina musango, okusobola okukweka eky'okuba nti yali ayenda ku mukyala we. Mu ngeri nga zino, okuyaayaana kw'omubiri n'okwegomba mwe kuzaalira ebibi, ate ng'ekibi kiviirako okuzikirira. Ekibi bwe kikolebwa, omwonoonyi ddala ajja kubonerezebwa.

Mu Yoswa essuula 7, tulaba embeera enzibu ennyo eyatuukawo olw'okwegomba kw'omuntu omu. Oluvannyuma ng'abaana ba Isiraeri bavudde mu Misiri, ekiseera nga bali mu kuwamba ensi y'e Kanani, aba Isiraeri baasala omugga Yoludaani era ne bafuna obuwanguzi bw'amaanyi ku kibuga Yeriko. Kyokka oluvannyuma lw'ekyo, ate ne babawangula mu latalo lwe baagendamu n'ekibuga kya Ayi. Abaisiraeri bwe baanoonyereza ku kiki ekyaviiriddeko okubeera nga bawangulwa, ne bakizuula nti omusajja ayitibwa Akani yeegomba era n'abba ekyambalo ekirungi, ekya sinaali, feeza ne zaabu mu munyago ogwawambibwa mu Yeriko. Katonda yali yalagira Abaisiraeri obuteetwalira nga bo ekintu kyonna kye baawamba mu Yeriko, kyokka Akani n'ajeema.

Era olw'ekibi kya Akani, Abaisiraeri bangi baabonaabona; era ekyavaamu, Akani n'abaana be bonna baakubibwa amayinja okutuuka lwe baafa. Nga ekizimbulukusa ekitono bwe kizimbulukusa omugaati gwonna, omusajja omu Akani, yandireetedde abaana ba Isiraeri bonna okulemererwa. Eyo yensonga lwaki Katonda yamukwasa maanyi. Ekirowoozo ekiyinza okusooka okukujjira kye kino, "Naye Katonda omuntu atta wa ki, olw'okubba obubbi olugoye, zaabu ne ffeeza?" Kyokka waliwo eky'okuddamu ekituufu eri ekibuuzo ekyo.

Watya omulimi, oluvannyuma lw'okukoola obulungi ennimiro ye, ate alaba omuddo gye yamaze okukoola, bwagamba nti, "kale, kasita kaddo kamu oba bubiri ..." era n'aguleka, tewayita na budde, ng'omuddo ogwo gukuze mu bungi ne gulemesa n'emmere okukula. Olwo nno omulimi abeera tajja kusobola kukungula mmere nnungi. Okuyaayaana kw'omubiri n'okwegomba kubeera nga bw'olaba omuddo, Bifuuka enkonge mu kkubo erigenda mu Ggulu n'eri ekkubo erituweesa emikisa okuva eri Katonda. Bwe buntu obutonotono obuviirako okuva ku mulamwa so nga tebulina mugaso. Yensonga lwaki Katonda atugamba 'okukomerera ebintu nga bino ku musalaba'.

Ku ludda olulala, Asa, kabaka ow'okusatu ow'obwakabaka bwa Yuda obw'omu maserengeta, yegirako ddala okwegomba kwe kwonna n'okuyaayaana, bwatyo n'asanyusa Katonda (1 Bassekabaka essuula 15). Nga jjajja we, Dawudi, Asa yakola ekyali ekituufu mu maaso ga Katonda, era naggyawo mu bwakabaka bwe bwonna ebifaananyi. Nnyina Maaka, bwe yakola ekifaananyi eky'omuzizo okuba Asera, yamuggya ku bwa namasole. Era n'atema ekifaananyi kye n'akyokera ku kagga kiduloni.

Oyinza okulowooza muli ntu Asa naye yayisaawo bwe yaggya nnyina ku bwa nnamasole olw'okuba yasinza ebifaananyi, era oyinza n'okulowooza nti Asa yali si mwana mulungi. Kyokka, Asa yeeyisa mu ngeri eno kubanga yalabula nnyina emirundi mingi okulekayo okusinza ebifaananyi. Kyokka teyamuwuliriza. Bwe twekkenneenya embeera eno n'amaaso ag'omwoyo, bw'otunuulira ekifo Maaka kye yalimu, nga bwasinza ebifaananyi eggwanga lyonna libeera ng'erisinza ebifaananyi. Kino kyali kijja kuleeta obusungu bwa Katonda okugwa ku ggwanga lyonna. Eno yensonga lwaki Katonda yasiima ebikolwa bya Asa eby'okweggyako okuyaayaana kwe eri nnyina. Yakiraba ng'obutuukiivu, olw'okuziyiza abantu abangi okwonoona eri Katonda.

Naye kino tekitegeeza nti Asa yeegaana nnyina. Yamuggya buggya ku bwa nnamasole. Nga mutabani we, yagenda mu maaso n'okumwagala, okumuwa ekitiibwa, n'okumuweereza. Mu ngeri y'emu, omuntu bw'aba n'abazadde abasinza bakatonda abalala, alina okukola kyonna ekisoboka okukwata ku mitima gyabwe ng'akola ekyo kyonna omwana kyalina okukola. Era alina okusaba Katonda entakera, okubeera ng'amuwa amagezi, alina okugabana n'abo enjiri era n'abakubiriza okubeera nga bava ku kusinza ebifaananyi. Olwo nno Katonda anaasanyuka.

Ba jjajja b'okukkiriza abaali abatuukirivu mu maaso ga Katonda

Katonda asiima obugonvu obutuukiridde. Era alaga amaanyi Ge eri abo abatambulira mu bugonvu obutuukiridde. Ekika ky'obugonvu Katonda bwasiima kwe kugonda ekintu ne bwe kirabika ng'ekitasoboka. Mu 2 Bassekabaka essuula 5, tulaba omukulu w'eggye lya Busuuli, Naamani.

Omukulu w'eggye Naamani yagenda mu nsi eyali ebalinaanye okulaba Nnabbi Erisa ng'ayagala awonyezebwa ebigenge. Yeetika ebirabo bingi, n'ebbaluwa okuva eri kabaka! Kyokka, bwe yatuukayo, Erisa teyamubuuza n'akumubuuza. Kyokka ,

Erisa yamusindikira mukozi we okumugamba agende anaabe mu mugga Yoludaani emirundi musanvu. Wakati mu kuwulira obubi, Naamani yakyuka n'adda eka. Naye abaddu be bwe baamwegayirira, Naamani ne yeekakkanya era n'agonda. Yanaaba mu mugga Yoludaani emirundi musanvu. Kiteekwa okuba kyali kizibu omusajja eyali talina amuli waggulu okuggyako kabaka wa Busuuli, okussa wansi amalala ge, n'agonda mu ngeri eno, ng'amaze n'okuyisibwa mu ngeri Erisa gye yamuyisaamu.

Erisa yakola kye yakola kubanga yamanya nti Katonda ajja kumuwonya nga Naamani amaze kulaga kukkiriza okuyita mu bugonvu. Katonda, oyo asanyukira obugonvu bwaffe okusinga ssaddaaka, yasanyukira ekikolwa kya Naamani eky'okukkiriza era n'amuwonyeza ddala ebigenge bye. Katonda atwala obugonvu okuba nga bwa muwendo, era asanyukira nnyo abantu abatambulira mu butuukirivu.

Katonda era asanyukira nnyo okukkiriza kw'abo abantu abateenoonyeza byabwe, era abatekkiriranya na nsi. Mu lubereberye essuula 23, Ibulayimu yali ayagala kuziika Sara mu mpuku eya Makupeera, era nnyiniyo n'agezaako okuwa Ibulayimu ettaka lya bwereere. Kyokka, Ibulayimu teyalikkiriza. Ibulayimu teyalina kika kya mutima ogwenoonyeza ebyagwo. Yensonga lwaki yali ayagala okusasula omuwendo gw'ennyini ogw'ettaka nga tannalitwala.

Era Sodoma bwe yawangulwa mu lutalo, omwana wa muganda we Lutti n'awambibwa, Ibulayimu teyakoma kukuwonya mwana wa muganda we kyokka, wabula yataasa n'abalala abaali bava e Sodoma, era n'akomyawo n'ebyali binnyagiddwa. Ku Kabaka w'e Sodoma. Era bwe yagezaako okwagala okumusasula mu ngeri ey'okumusiima olw'ekyo kye yali akoze, Ibulayimu yagaana. Teyakkiriza kintu kyonna. Olw'okuba omutima gwe gwali mutuukirivu, teyalina kweyagaliza mu ye, teyalina mulugube mu ye, oba okutwala ekintu kyonna ekitaali kikye.

Mu Danyeri essuula 6, Danyeri yali akimanyi bulungi nnyo nti bwasaba eri Katonda yali ajja kuttibwa olw'abo abaali beekobaanye okumutuusaako obuzibu. Kyokka wadde gwali gutyo, yakuuma obutuukirivu mu maaso ga Katonda olw'okuba teyalekayo kusaba. Teyekkiriranya wadde eddakiika emu bw'eti nti oba awonye obulamu bwe. Olw'ekikolwa kino, yasuulibwa mu bunnya bw'empologoma. Naye teyatuusibwako bulabe bwonna, yakuumibwa mu bujjuvu. Yaweera Katonda obujjulizi era n'amuweesa ekitiibwa.

Wadde baamuwaayiriza era ne bamusiba ne mu kkomera awatali nsonga, Yusufu teyeemulugunya wadde okukuuma obukyayi eri omuntu yenna (Olubereberye essuula 39).Yeekuuma nga mutukuvu, teyekkiriranya n'agatali mazima, era n'agoberera ekkubo limu lyokka lya butuukirivu. Kale okusinziira ku kiseera kya Katonda, yayimbulwa mu Kkomera era n'aweebwa ekifo ekya waggulu ekya Katikkiro mu nsi ye Misiri.

Kale, tulina okuweereza Katonda, era tulina okufuuka abatuukirivu mu maaso ga Katonda nga tukola ebitusuubirwamu. Tulina n'okusanyusa Katonda nga tukola ebintu Mukama byajja okutendereza. Bwe tukola kino, Katonda ajja kuyimusibwa, era addemu okuyaayaana kw'emitima gyaffe era atukulembere eri obulamu obulungi.

Amakulu g'ebigambo

Enjawulo wakati wa 'Ibulaamu' ne 'Ibulayimu'
'Ibulaamu' lye linnya lya Ibulayimu eryasooka, taata w'okukkiriza (Olubereberye 11:26).

'Ibulayimu', eritegeeza 'taata w'amawanga amangi', lye linnya Katonda lye y'awa Ibulaamu, okusobola okukola Naye endagaano ey'emikisa (Olubereberye 17:5). Oluvannyuma lw'endagaano eno yafuuka ensulo y'emikisa nga taata w'okukkiriza. Era yali ayitibwa 'mukwano gwa Katonda'

Emikisa egisukundiddwa, egikatiddwa era egy'omuyiika, ne emikisa egikubisaamu ebitundu 30, 60, ne 100
Tufuna emikisa okuva eri Katonda okusinziira ku kyenkana ki kye tumwesigamu ne tuteeka kyenkana ki ebigambo Bye mu nkola mu bulamu bwaffe. Wadde tuyinza okuba nga tetunneggyako embala z'ekibi zonna okuva mu mitima gyaffe, bwe tusiga era ne tunoonya mu kukkiriza, tufuna emikisa egikatiddwa, egisukundiddwa era egy'omuyiika, nga gino gikubisaamu emirundi ebiri ekyo kye twasiga (Lukka 6:38). Kyokka bwe tutukuzibwa era ne tuyingira mu mwoyo nga tulwana okweggyako ebibi okutuuka ku ssa ery'okuyiwa omusaayi okubyegirako ddala, olwo nno tusobola okukungula emikisa egyekubisizaamu emirundi 30. Era bwe tweyongerayo mu Mwoyo, tusobola okukungula emikisa egyekubisizaamu ebitundu 60, oba ne 100.

Essuula 10

Omukisa

"Awo MUKAMA n'agamba Ibulaamu nti, 'Va mu nsi ya nnyo, era awali ekika kyo, n'ennyumba ya kitaawo, oyingire mu nsi gye ndikulaga; Nange ndikufuula eggwanga eddene era naakuzanga erinnya lyo; era beeranga mukisa ggwe. Nange nnabawanga omukisa abanaakusabiranga ggwe omukisa. N'oyo anaakukolimiranga naamukolimiranga Nze. Ne mu ggwe ebika byonna eby'omu nsi mwe biriweerwa omukisa. Bw'atyo Ibulaamu n'agenda, nga MUKAMA bwe yamugamba. Ne Lutti n'agenda naye, Ibulaamu yali yaakamaze emyaka nsanvu mu etaano bwe yava mu Kalani." (Olubereberye 12:1-4)

Katonda ayagala okubeera nga awa abantu omukisa. Naye waliwo we kituuka nga Katonda alondawo oyo gwajja okuwa omukisa, era waliwo embeera ng'omuntu yeesalirawo ku lulwe okutuuka ku bisaanyizo ebyo ebimufunyisa emikisa gya Katonda. Abantu abamu basalawo okuyingira mu mikisa gya Katonda, kyokka ate olugira ne babivaamu. Kyokka eriyo n'abo abatalina we bakwataganira na mukisa. Katusooke tutunuulire embeera nga Katonda yasalawo ow'okuwa omukisa.

Ibulayimu, Taata w'okukkiriza

Katonda yasooka era yasembayo, entandikwa era enkomerero. Ye yaluka entambula y'eby'afaayo by'omuntu era Akyagenda mu maaso n'okubirung'amya. Katugambe nti tuzzeemu okuzimba ennyumba buto. Tuvaayo ne kifaananyi kyayo nga tugeraageranyiza eneggwa mu bbanga ki, bikozesebwa ki ebinaakozesebwa, emitayimbwa n'enkokoto byetaagibwa byenkana ki, ye ate empagi twetaaga zenkana ki. Kale bwe tubeera baakutunuulira ku byafaayo by'omuntu ng'ennyumba ya Katonda, waliwo abantu abakulu abawera abalinga 'empagi' zino ez'ennyumba ya Katonda.

Okusobola okutuukiriza ekigendererwa Kye, Katonda alina abantu baalonda okutegeza abalala nti ddala Katonda mulamu, nti era ddala, eriyo Eggulu ne Ggeyeena. Eno yensonga lwaki Katonda alondawo abantu bano okukola ng'empagi. Era tubalaba nga banjawulo ku bantu abalala bonna aba bulijjo, mu bigambo by'enkula y'omutima gwabwe n'okwagala kwabwe eri Katonda. Omu ku bantu bano ye Ibulayimu.

Yabeera ku nsi emyaka nga enkumi nnya egiyise. Yazaalibwa mu nsi eyitibwa Uli, ensi y'Abakaludaaya. Uli kye kibuga aba Sumeriya gye baasooka okubeera era nga kisangibwa mu maserengeta ku mabbali g'omugga Efula.

Ibulayimu yayagalibwa nnyo Katonda era n'asiimibwa okutuuka okuyitibwa "mukwano gwa Katonda". Yeeyagalira mu buli kika kya mukisa okuva eri Katonda gamba nga omukisa ogw'ezzadde, obugagga, obulamu, n'obuwangaazi. Si ekyo kyokka, naye nga Katonda bwe yayogera mu Lubereberye 18:17, "Ibulayimu naamukisa kye nkola?" Ddala Katonda yabikkulira Ibulayimu n'ebyo ebyali bigenda okujja mu kiseera eky'omu maaso.

Katonda okukkiriza akulaba ng'obutuukirivu era bwatyo n'agaba emikisa Gye

Olowooza Katonda yalaba ki mu Ibulayimu ekyamusanyusa ennyo, okutuuka okumuyiira emikisa egyenkanidde awo? Olubereberye 15:6 wagamba, "N'akkiriza MUKAMA; N'Akumubalira okuba obutuukirivu." Katonda yatwala okukkiriza kwa Ibulayimu okubeera obutuukirivu.

Katonda n'amugamba, "Va mu nsi ya nnyo, era awali ekika kyo, n'ennyumba ya kitaawo, oyingire mu nsi gye ndikulaga. Nange ndikufuula eggwanga eddene, era naakuwanga omukisa, era naakuzanga erinnya lyo, era beeranga mukisa ggwe" (Olubereberye 12:1-2). Katonda teyamugamba nti genda wano, wadde okumunyonyola ekika ky'ensi gyalina okusuubira eyo gyalaga. Katonda teyamuwa pulaani nti yiino engeri gyalina okuva mu nsi ye. Yamugamba bugambi nti vvaawo genda.

Singa Ibulayimu yalina ebirowoozo eby'omubiri? Kyeraga lwatu nti kasita yandivudde mu nnyumba ya kitaawe, yandifuuse mutambuze atalina wuwe oba omunoonyi w'obubudamo. Era singa yalowooza ku bintu bino teyandisobodde kugonda. Kyokka, Ibulayimu teyabuusabuusa kisuubizo kya Katonda eky'omukisa. Yakkiriza bukkiriza. N'olwekyo n'agonda awatali kuwalira kwonna era n'agenda. Katonda yamanya ekika kye kibya Ibulayimu kye yali, era eno yensonga lwaki Katonda yasuubiza nti eggwanga eddene liriva mu ggwe. Katonda era n'asuubiza nti aliba mukisa.

Katonda era yasuubiza Ibulayimu mu Lubereberye 12:3, "Nange naabawanga omukisa abanaakusabiranga ggwe omukisa, n'oyo anaakukolimiranga naamukolimiranga Nze; ne mu ggwe ebika byonna eby'omu nsi mwe biriweerwa omukisa..." Oluvannyuma lwa kino, Katonda bwe yalaba engeri Ibulayimu bwe yeerekereza eddembe lye era ne yeewaayo ku lw'omwana wa muganda we Lutti, Katonda n'amuwa ekigambo ekirala eky'omukisa. Olubereberye 13:14-16 wagamba, "Kati yimusa kaakano amaaso go, otunule ng'oyima mu kifo mw'oli, obukiika obwa kkono n'obwa ddyo n'ebuvanjuva n'ebugwanjuba. Kubanga ensi yonna gy'olabye, ndigiwa ggwe, n'ezzadde lyo emirembe gyonna. Era ndifuula n'ezzadde lyo ng'enfuufu ey'oku nsi, era omuntu bw'ayinza okubala enfuufu ey'oku nsi, era n'ezzadde lyo liribalika.'" Katonda era n'amusuubiza mu Lubereberye 15;4-5 nti, "....aliva mu ntumbwe zo ggwe ye aliba omusika wo.' N'amufulumya ebweru, n'ayogera nti, 'tunuulira eggulu kaakano, olabe emmunyeenye, bw'onooyinza okuzibala, n'amugamba nti, 'ezzadde lyo bwe liriba bwe lityo'.

Oluvannyuma lw'okuwa Ibulayimu ebirooto bino n'okwolesebwa, n'ayisa Ibulayimu mu bigezo. Lwaki twetaaga ebigezo? Katugambe nti omutendesi yalondawo omuzannyi omulungi era alina emikisa emingi, okubeera ng'asobola n'okukiikirira eggwanga mu mpaka z'ensi yonna. Kyokka omuzannyi ono tasobola kuwangula buwanguzi muddaali. Omuzannyi alina okugumira obulumi bw'okutendekebwa era n'ayongeramu amaanyi okusobola okutuukiriza ekirooto kye.

Bwe kityo bwe kyali n'eri Ibulayimu. Yalina okufuna ebisaanyizo n'embala okusobola okutuukiriza ebisuubizo bya Katonda ng'ayisibwa mu bigezo. Kyokka ne bwe yali ayita mu kusoomoozebwa kuno, Ibulayimu yaddanga mu kimu "Amiina" era teyekkiririnya na birowoozo bye. Ate teyeenoonyeza bibye, oba okusikirizibwa okweyagaliza oba okuba n'obukyayi, okwemulugunya, okunakuwala wadde okubeera n'ensaalwa, oba ettima. Yakkiririzanga mu kimu, ekisuubizo kya Katonda eky'emikisa era n'akkiriza n'okugumiikiriza.

Olwo nno Katonda n'amuwa ekisuubizo ekirala. Mu Lubereberye 17:4-6, Katonda n'agamba Ibulayimu nti, "Nze, laba, endagaano Yange eri naawe, naawe oliba kitaawe w'amawanga amangi. So tokyayitibwanga nate erinnya lyo Ibulaamu, naye erinnya lyo linaabanga Ibulayimu, kubanga nkufudde kitaawe w'amawanga amangi, Era ndikwaza nnyo, era ndikufuula amawanga ne bakabaka baliva mu ggwe."

Katonda akola ebibya ebituukiridde okuyita mu kugezesebwa

Abantu abamu basaba eri Katonda nga balina ebirooto ebiva mu kwegomba kwabwe. Olw'okwegomba kwabwe, bayinza okusaba nti abawe omulimu omulungi oba obugagga obutabagyamu. Bwe tusaba bwe tutyo olw'okwegomba, tetusobola kufuna kuddibwamu okuva eri Katonda (Yakobo 4:3).

N'olwekyo tulina okusabira ebirooto n'ebiruubirirwa ebiva eri Katonda. Bwe tubeera nga tukkiririza mu bigambo bya Katonda era ne tugonda, Omwoyo Omutukuvu awamba omutima gwaffe era n'abeera nga yatulung'amya, kale tusobola okutuukiriza ebirooto byaffe. Tetusobola kumanya wadde ekintu ekimu ekiddako mu katikitiki akaddako mu maaso. Kyokka bwe tugoberera okulung'amizibwa kw'Omwoyo Omutukuvu, oyo amanyi buli ekinajja mu biseera eby'omu maaso, olwo nno tusobola okwerabira ku maanyi ga Katonda. Bwe tumenyaamenya ebirowoozo byaffe eby'omubiri era ne tugonda okuwulira Kristo, Omwoyo Omutukuvu atuula mu ffe era n'atulung'amya.

Katonda bwatuwa ekirooto, tulina okukikuuma butiriribiri mu mutima gwaffe. Olw'okuba ekirooto tekituukiridde mu lunaku lumu oba omwezi gumu, oba mu mwaka omulamba gw'omaze ng'okisabira, tetulina kwemulugunya. Katonda oyo atuwa ebirooto n'okwolesebwa, olumu atuyisa mu bigezo okutusobozesa okufuuka ebibya ebyo ebisaanira okufuna ebirooto ebyo n'ebiruubirirwa. Bwe tufuuka abantu abamanyi engeri ey'okugonderamu Katondaa okuyita mu bigezo bino, olwo nno okusaba kwaffe lwe kuddibwamu. Naye olw'okuba ebirowoozo bya Katonda n'ebirowoozo by'omuntu byanjawulo, tulina okukimanya nti okutuuka nga tumenyeemenye ebirowoozo eby'omubiri era ne tugonda n'okukkiriza, ebigezo bijja kweyongera. N'olwekyo, tulina okujjukiranga nti ebigezo bituweebwa tusobole okufuna okuddibwamu okuva eri Katonda, kale mu kifo ky'okugezaako okubyewala, tulina okubiyitamu n'okwebaza.

Katonda ateekawo obuddukiro ne wakati mu kugezesebwa

Bwe tubeera bagonvu, Katonda aleetera buli kimu okukola ku lw'obulungi. Bulijjo anaatuwanga obuddukiro okuva mu bigezo. Mu Lubereberye essuula 12, ojja kulaba nti oluvannyuma lw'okuyingira ensi y'e Kanani, waaliwo enjala ey'amaanyi, bwatyo Ibulayimu n'agenda e Misiri.

Olw'okuba mukyala we Saara yali mukazi mulungi nnyo, Ibulayimu yatya nti omuntu mu Misiri ayinza okumwegomba era ne bamutta olw'okwagala okumweddiza. Mu kiseera ekyo, kino kyali kisoboka, bwatyo Ibulayimu namwanjulayo nga mwannyina. Kale, Saara yamulinako oluganda, era yali talimbye. Naye mu kiseera kino, okukkiriza kwa Ibulayimu kwali tekunnateekebwateekebwa bulungi nnyo okutuuka ku ssa nga asobola okwebuuza ku Katonda mu buli kimu. Kale bwatyo, wano yali yeesigamye ku birowoozo bye eby'omubiri.

Saara yali mulungi nnyo era Falaawo w'e Misiri n'amutumya okugenda mu lubiri. Ibulayimu yalowooza nti okugamba abantu nti mukyala we yali mwannyina kye kyali kisinga mu kiseera ekyo, naye kino kyamuviirako okufiirwa mukyala we. Okuyita mu kino ekyabaawo, Ibulayimu yayiga essomu, era okuva kw'olwo, n'ayiga buli kimu okukikwasa Katonda.

Era ekyavaamu, Katonda n'abonyaabonya Falaawo n'ennyumba ye n'ebibonoobono ebingi olwa saara, era Falaawo amangu ago nazzaaayo Saara eri Ibulayimu. Olw'okuba Ibulayimu yeesigama ku birowoozo bye eby'omubiri, yayita mu kubonaabona okw'akaseera, naye ku nkomerero, teyafuna buzibu bwonna, era n'afunamu n'eby'obugagga bingi omuli endiga, ente, abakozi n'endogoyi. Nga bwe kyawandiikibwa mu Baruumi 8:28, "Era tumanyi nti eri abo abaagala Katonda era abayitibwa ng'okuteesa Kwe bwe kuli, ebintu byonna abibakolera wamu olw'obulungi," eri abantu abamugondera, Katonda abategekera obuddukiro okuva mu bigezo ebyo era n'asigala n'abo okuyita mu bigezo byonna. Bayinza okubeera mu mbeera enzibu okumala akaseera, naye ekivaamu bajja kubiyitamu n'okukkiriza era bafune emikisa.

Katugambe nti omuntu yeebezzaawo olwa sente zaakoleredde olunaku. Bw'akuuma olunaku lwa Mukama nga lutukuvu, ab'omu maka ge bajja kubulwa emmere. Mu mbeera eno, omuntu alina okukkiriza ajja kugondera ekiragiro kya Katonda era akuume olunaku lwa Mukama nga lutukuvu, wadde nga kitegeeza kubeera njala. Olwo omuntu oyo n'ab'omu maka ge, ddala banaabeera enjala? Tebasobola! Nga Katonda bwe yasindika wansi emaana okuliisa abaana ba Isiraeri, Katonda ajja kubaliisa n'okubambaza abo abagonvu.

Eyo yensonga lwaki mu Matayo 6:25, Yesu yagamba nti, "Temweraliikiriranga bulamu bwammwe, nti \mulirya ki, mulinywa ki, newakubadde omubiri gwa mmwe, nti mulyambala ki." Ennyonyi ez'omu bbanga, nga tezisiga, so tezikungula, tezikungaanyiza mu mawanika, era Kitammwe ali mu ggulu aziriisa ezo. Mmwe temusinga nnyo ezo, okubeera nga Katonda alabirira abaana Be abo abamugondera n'okunoonya okwagala Kwe, baleme okusisinkana obuzibu?

Katonda awa omukisa ne wakati mu bigezo

Bwe twekenneenya abantu abo abaatambulira mu Kigambo kya Katonda era ne beekuumira ku kkubo ery'obutuukirivu, tusobola okukiraba nti ne wakati mu bigezo, gye biggwera, Katonda aleetera byonna okukola ku lw'obulungi. Wadde embeera eriwo kati mu maaso gaabwe erabika ng'enzibu ddala, gye biggwera, ng'embeera eyo evuddemu omukisa.

Obwakabaka bwa Yuda obw'ekyemmanga bwe bwawambibwa, Danyeri n'emikwano gye essatu baatwalibwa mu buwambe e Babirooni. Wadde baalabulibwa nti bajja kusuulibwa mu kikoomi ky'omuliro singa bagaana okuvunnamira ekifaananyi mu kusinza, baagaana okwekkiriranya n'ensi wadde n'akatono. Olw'okuba baali bakkiririza mu maanyi ga Katonda, baali bakkiriza nti ne bwe basuulibwa mu muliro, Katonda yali ajja kubawonya. Era nga ne bwe bandibadde tebawonyezeddwa, baali bamaliridde okulemera ku nzikiriza yaabwe n'obutavvunnamira kifaananyi. Kino kye kika ky'okukkiriza kwe baalaga. Eri bo, Amateeka ga Katonda gaali makulu okusinga amateeka g'ensi yaabwe.

Bwe yawulira ku bujeemu bw'abavubuka bano, kabaka n'anyiiga nnyo, n'ayongeza okwaka kw'ekikoomi emirundi musanvu. Mikwano gya Danyeri essatu baasibibwa ne basuulibwa mu kikoomi. Naye olw'okuba Katonda yali abakuuma, wadde oluviiri lwabwe ku mutwe terwakwata muliro, wadde bo bennyini okuwunya omuliro (Danyeri 3:13-27).

Bwe kityo bwe kyali ne ku Danyeri. Wadde waaliwo etteeka eriyisiddwa nti tewalina kubeera kusaba eri katonda yenna okujjako kabaka, era nti akwatiddwa ng'akikola yali waakusuulibwa mu mpologoma, Danyeri yagondera kwagala kwa Katonda kwokka. Teyakola kibi kyakulekayo kusaba, era nga bwe yakolanga bulijjo, yagenda mu maaso n'okusaba ng'atunudde eri Yerusaalemi emirundi essatu olunaku, Bwatyo Danyeri n'asuulibwa mu kinnya ky'empologoma, naye Katonda n'asindika bamalayika ne baziba obumwa bw'empologoma bwatyo Danyeri n'atakolebwako bulabe bwonna.

Nga kirungi okulaba omuntu atekkiriranya na nsi ng'akuumye okukkiriza kwe! Abatuukirivu babeera balamu lwa kukkiriza kwokka. Bw'osanyusa Katonda, Ajja kukuddamu n'emikisa. Wadde osindiikiriziddwa ku kye bayita omugo gw'entaana, bw'ogonda era n'olaga okukkiriza kwo okutuuka ku nkomerero, Katonda ajja kukubira ekkubo awatali kkubo, era bulijjo anaabeeranga naawe.

Ibulayimu naye yaweebwa emikisa wakati mu kusoomoozebwa. Si ekyo kyokka, n'abantu be yali n'abo baaweebwa omukisa olwa ye. Olwaleero, amazzi ga bbula okumpi n'ekitundu ky'ebuvanjuba Isiraeri gyesangibwa. Era ne mu biseera bya Ibulayimu bwe kityo bwe kyali. Naye yonna Ibulayimu gye yalaganga, tewaalinga mazzi gokka mu bungi olw'okuba yaweebwa omukisa, wabula n'omwana wa muganda we Lutti, naye yagabanira wamu mu mukisa gwe, era naye yalina ekisibo ekinene saako zaabu ne ffeeza.

Mu biseera ebyo, okubeera n'ente ennyingi nga kitegeeza mmere nnyingi saako obugagga obungi. Omwana wa muganda we Lutti bwe yawambibwa, Ibulayimu yatwala abasajja abatendeke 318 okugenda okumununula. Kino kyokka kitutegeeza engeri gye yali ali obulungi. Olwa Ibulayimu, eyanyiikira okugondera ekigambo kya Katonda, ensi n'ekitundu mwe yabeeranga nabyo byaweebwa omukisa n'abantu be yali n'abo baaweebwa omukisa.

Ne bakabaka b'ensi ezaali zibalinaanye baali tabalina kye bayinza kukola ku Ibulayimu kubanga yali w'amaanyi. Ibulayimu yafuna emikisa gyonna omuntu gyayinza okwegomba ku nsi kuno: etutumu n'obugagga, obuyinza, okuba omulamu, n'abaana. Nga bwe kyawandiikibwa mu Ekyamateeka olw'okubiri essuula 28, Ibulayimu yali muntu eyafuna emikisa bwe yafulumanga n'okuyingira. Era, ng'omwana wa Katonda, yafuuka ensibuko y'emikisa, era taata w'okukkiriza. Era, yategeera omutima gwa Katonda ogw'ebuziba, Katonda okutuuka okugabana naye omutima Gwe. Era ng'amuyita 'mukwano gwe'. Ekitiibwa ekyo n'emikisa!

Embala y'ekibya kya Ibulayimu

Ensonga lwaki Ibulayimu yaweebwa nnyo omukisa lwakuba yalina 'embala y'ekibya' nga nnungi. Yali muntu eyalina okwogerwako mu 1 Bakkolinso essuula 13 era yali yabala ebibala omwenda eby'Omwoyo Omutukuvu nga bwe binyonyolwa mu Baggalatiya essuula 5.

Eky'okulabirako, Ibulayimu yatambuliranga mu bulungi n'okwagala mu bintu byonna. Teyakyawa wadde okubeera mu mpalana n'abantu abalala. Nga tatunuulira bunafu bwa muntu mulala era ng'aweereza abantu bonna kubanga yalina ekibala ky'okusanyuka, ebigezo ebyamujiranga nga ne bwe bibeera byenkana wa, teyanyiganga wadde okunakuwala. Olw'okuba yeesiganga Katonda mu bujjuvu, yasobola okusanyukanga essaawa yonna. Nga embeera ne bw'ebeera etya, nga tabinyiigiramu oba okumala gasalawo olw'okutwalirizibwa. Yali mugumiikiriza, era nga bulijjo awuliriza eddoboozi lya Katonda.

Ibulayimu era yali omuntu asaasira. Bwe yali alina okwawukana n'omwana wa muganda we, Lutti, wadde yali wa waggulu ku Lutti, yawa Lutti omukisa ogusoooka ogw'okulondako oludda lw'ettaka lwaba atwala.Yagamba "bw'olondako oludda olwa kkono, nze nja kutwala olwa ddyo. Bw'olondako olwa ddyo, nze nja kutwala olwa kkono," era n'aganya Lutti okulondako ekitundu ekisinga obulungi. Abantu abasinga balowooza nti omuntu omukulu mu buyinza yalina okulondako ekisinga. Kyokka, Ibulayimu yali muntu eyali alekera abalala era omuntu eyeewaayo ku lw'abalala.

Era, olw'okuba Ibulayimu yali ateeseteese omutima ogw'obulungi, Lutti bwe yali anaatera okuzikirizibwa awamu n'ensi ya Sodoma, yeegayirira ku lwabwe (Olubereberye 18:22-32). Era ekyavaamu, yafuna ekisuubizo okuva eri Katonda nti tajja kuzikiriza kibuga singa munaabaamu abatuukirivu ekkumi. Kyokka, Sodoma ne Gomora tebyalina wadde abantu ekkumi abatuukirivu, era ne bazikirizibwa. Kyokka era, Katonda yawonya Lutti olwa Ibulayimu.

Nga bwe kyawandiikibwa mu Lubereberye 19:29, "Awo Katonda bwe yazikiriza ebibuga eby'omu lusenyi, Katonda n'ajjukira Ibulayimu n'asindika Lutti ave wakati mu bibuga ebyasuulibwa, bwe yasuula ebibuga Lutti mwe yali atuula," Katonda yawonya omwana wa muganda wa Ibulayimu, Lutti, Ibulayimu aleme okunakuwala mu mutima gwe.

Ibulayimu yali mwesigwa eri Katonda okutuuka ku ssa ery'okuwaayo omwana we omu Isaaka, gwe yafunira ku myaka egy'ekikadde emyaka kikumi. Ne bwe gwatuukanga kukusomesa omwana we, oba mu nkolagana gye yalina n'abakozi be wamu ne baliraanwa be, yali atuukiridde era nga mwesigwa mu byonna mu nnyumba ya Katonda nga oyinza n'okugamba nti teyaliiko bbala. Nga tawalalira muntu yenna; nga bulijjo abeera wa ddembe era omukakkamu. Ng'aweereza n'okuyamba abalala n'omutima omulungi. Era yali mwegendereza nnyo mu buli kimu kyakola, nga teyeeyisa mu ngeri etasaana, oba okuyisa walina okukoma.

Mu ngeri eno, Ibulayimu yabala ebibala omwenda eby'Omwoyo Omutukuvu nga tabuzeeko wadde ne kimu. Yalina n'omutima omulungi. Anti yali ekibya ekirungi. Kyokka okufuuka omusajja ow'omukisa nga Ibulayimu si kizibu wadde. Tulina kumulabirako bulabizi. Engeri Katonda Omutonzi wa buli kantu gyali Kitaffe, nga lwaki tawuliriza okusaba era n'addamu okusaba kw'abaana Be?

Emitendera egiyitibwamu okufuuka nga Ibulayimu tegirina kubeera mizibu. Ekintu kyokka ekizibu singa ebirowoozo byaffe bitwesooka. Singa twesigira ddala Katonda n'okumugondera, olwo nno Katonda wa Ibulayimu ajja kutulabirira era atulung'amye eri ekkubo ery'emikisa!

Amakulu n'okunnyonyola kw'ebyo ebyogerwako

Obugonvu n'emikisa gya Nuuwa, omusajja omutuukirivu

"Kuno kwe kuzaala kwa Nuuwa. Nuuwa yali mutuukirivu, nga talina kabi mu mirembe gye. Nuuwa n'atambulira wamu ne Katonda. Nuuwa n'azaala abaana basatu, Semu, Kaamu, ne Yafeesi." (Olubereberye 6:9-10).

Omuntu eyasooka Adamu yamala ebbanga ddene nnyo mu Lusuku Adeni. Kyokka bwe yayonoona n'agobebwa mu Lusuku Adeni era oluvannyuma n'atandika okubeera ku nsi. Nga wayiseewo emyaka nga 1,000, Nuuwa n'azaalibwa ng'ava mu Seezi, omusajja eyali atya Katonda. Nuuwa, era y'ava ne mu Enoka, yayigira ku kusomesebwa kwa kitaawe Lameka ne jjajjaawe Mesuseera era n'akula ng'omusajja ow'amazima wakati mu nsi eyali ejjudde ekibi. Olw'okuba yayagala okuwa Katonda buli kintu kyonna kye yalina, yakuumanga omutima gwe nga mutukuvu era teyawasa okutuuka lwe yakitegeera nti Katonda alina pulaani ku bulamu bwe. Kale ku myaka bitaano Nuuwa yawasa n'atandika amaka (Olubereberye 5:32).

Nuuwa yamanya ku musango gw'amataba nti era okuteekebwateekebwa kw'omuntu kujja kutandika buto nate okuyita mu ye. Bwatyo obulamu bwe bwonna n'abumala ng'agondera okwagala kwa Katonda. Eno yensonga lwaki Katonda yalonda Nuuwa eyali omusajja omutuukirivu era ng'agondera Katonda mu bujjuvu n'omutima gwe gwonna ne mu kuzimba eryato nga tataddemu birowoozo bye, magezi na kwewolereza.

Akabonero ak'omwoyo ak'eryato lya Nuuwa

"Weekolere eryato n'omuti goferi, osalangamu ennyumba mu lyato, osiige munda ne kungulu envumbo. Bw'otyo bw'okolanga, emikono ebikumi bisatu obuwanvu bw'eryato, n'emikono ataano obugazi bwalyo, n'emikono asatu obugulumivu bwalyo. Osalangako ekituli ku lyato, era ng'omukono gumu bw'olimala waggulu. N'omulyango gw'eryato oguteekanga mu mbiriizi zaalyo; okolanga eryato nga lirina ennyumba eya wansi, n'eyokubiri, n'ey'okusatu" (Olubereberye 6:14-16).

Eryato lya Nuuwa lyali ddene: mita 138 obuwanvu, mita 23 obugazi, ne mita 14 obugulumivu, era lyazimbibwa emyaka nga 4,500 egiyise. Eryato lyazimbibwa mu ngeri ey'ekikugu olw'amagezi Nuuwa ge yalina nga geekuusa kukubeerawo kw'abantu abaava mu Lusuku Adeni, naye okusingira ddala yazimba eryato ng'agoberera ebipimo ebyamuweebwa Katonda, Nuuwa n'ob'omu maka ge omunaana n'ebika by'ebisolo byonna baasobola okubeera abalamu okumala ennaku 40 ez'amataba, ne babeera mu lyato okussuka ne mu mwaka omulamba.

Eryato lirina akabonero ak'omwoyo akategeeza Ekigambo kya Katonda, era okuyingira mu lyato kitegeeza obulokozi. So nga ennyumba essatu mu lyato kitegeeza Katonda Obusatu—Kitaffe, Omwana, n'Omwoyo Omutukuvu—era nga Yajja okutuukiriza ebyafaayo by'okuteekateeka omuntu.

Olusozi Ararati, eryato we lyasibira

Omusango gw'amataba, ogwabaawo mu bwenkanya bwa Katonda

MUKAMA n'agamba Nuuwa nti, 'Yingira ggwe n'ennyumba yo yonna mu lyato, kubanga nkulabye ng'oli mutuukirivu mu maaso Gange mu mirembe gino" (Olubereberye 7:1).

"'Kubanga oluvannyuma lw'ennaku omusanvu, Nze nditonnyesa enkuba ku nsi ennaku amakumi ana emisana n'ekiro, Nange ndisangula buli kintu ekiramu kye nnakola okuva mu ttaka.' Nuuwa byonna n'abikola nga Katonda bwe yamulagira" (Olubereberye 7:4-5).

Katonda y'awa abantu omukisa emirundi mingi okubeera nga beenenya ng'amataba tegannabaawo. Mu myaka gyonna eryato gye lyamala nga lizimbibwa, Katonda yaganya Nuuwa okubeera ng'abuulira enjiri ey'okwenenya eri abantu, kyokka abantu bokka abakkiririza mu Nuuwa era ne bagonda baali ba mu maka ge. Okuyingira mu lyato kitegeeza okweresa ebintu byonna eby'ensi ebyakusanyusanga n'okubyegirako ddala.

Wadde abaantu baali b'onoonye ekimala nga tebakyasobola kukyuka, Katonda era yabawa ennaku musanvu nga zaakubalabula bulabuzi basobole okuwona omusango. Yali tayagala basisinkane musango. N'omutima ogujjudde okusaasira n'okwagala, Katonda yabawa omukisa okutuukira ddala ku nkomerero. Wabula wadde guli gutyo, tewali muntu n'omu yeenenya wadde okuyingira mu lyato. Era nga beeyongera kwonoona! Era ekyavaamu, ne bagwa mu musango ogw'amataba.

Olw'omusango

"... Olw'omusango kubanga omukulu w'ensi eno asaliddwa omusango."

(Yokaana 16:11)

"MUKAMA aweereza omusango amawanga; Osale omusango gwange, ai MUKAMA olw'obutuukirivu bwange n'amazima ganga agali mu nze." (Zabuli 7:8)

"Era naye n'oyogera nti, 'Siriiko musango, mazima obusungu bwe bukyuse okunvaako. Laba ndiwoza naawe kubanga oyogera nti, 'Soonoonanga.'" (Yeremiya 2:35)

"Naye nange mbagamba nti, buli muntu asunguwalira muganda we, alizza omusango, naye anaagambanga muganda we nti, 'Laka,' asaanidde okutwalibwa mu lukiiko, naye anaagambanga nti, 'Musirusiru,' asaanidde okusuulibwa mu Ggeyeena ey'omuliro." (Matayo 5:22)

"... ne bavaammu; abo abaakolanga ebirungi balizuukirira obulamu, n'abo abaakolanga ebitasaana balizuukirira omusango." (Yokaana 5:29)

"Era ng'abantu bwe baterekebwa okufa omulundi gumu, oluvannyuma lw'okwo musango," (Abaebbulaniya 9:27)

"Kubanga omusango tegubaako kusaasirwa eri atasaasira, okusaasira kujaguliza ku musango." (Yakobo 2:13)

"Ne ndaba abafu, abakulu n'abato, nga bayimiridde mu maaso g'entebe; ebitabo ne bibikkulwa; n'ekitabo ekirala ne kibikkulwa, kye ky'obulamu; abafu na basalirwa ebyo ebyawandiikibwa mu bitabo, ng'ebikolwa byabwe bwe byali." (Okubikkulirwa 20:12)

Essuula 11

Ekibi Eky'okujeemera Katonda

"N'agamba Adamu nti, 'Kubanga owulidde eddoboozi lya mukazi wo, n'olya ku muti gwe nnakulagira nga njogera nti, Togulyangako"; ensi ekolimiddwa ku lulwo, mu kutegana mw'onooggyanga ebyokulya ennaku zonna ez'obulamu bwo. Amaggwa n'amatovu g'anaakuzaliranga, naawe onoolyanga omuddo ogw'omu nnimiro. Mu ntuuyo ez'omu maaso go mw'onooliiranga emmere, okutuusa lw'olidda mu ttaka; kubanga omwo mwe waggibwa, kubanga oli nfuufu ggwe, ne mu nfuufu mw'olidda.'"
(Olubereberye 3:17-19)

Abantu abasinga bagamba nti obulamu bwe nnyini n'abwo buzibu. Bayibuli ekyogera nti okuzaalibwa mu nsi n'okubeeramu bulumi bwe nnyini. Mu Yobu 5:7, Erifaazi yagamba Yobu eyali mu kaseera akazibu nti, "Naye abantu baazaalibwa obuyinike ng'ensasi bwe zibuuka waggulu." Waliwo omuntu atuyaana akatono okwebezaawo, ne wabaawo atuuyana ennyo olw'ekizibu eky'enjawulo mu bulamu. Kyokka omuntu bwakola ennyo okubaako kyatuukako, era ne kirabika nga akituuseeko, obudde omuntu oyo bwalina okumala ku nsi webubeerera nga butuuse, ate ekiseera ekyo bwe kituuka, n'omuntu asinga okubeera omulamu era amala n'afa.

Tewali muntu yenna asobola kwewoma kufa, kale bw'okitunuulira, obulamu bubeera ng'olufu olujja ne lumala ne lubulawo, oba ekire ekiyita. Olwo lwaki abantu basisinkana ebizibu bino byonna mu bulamu buno obw'akaseera obuseera"? Ensonga esookera ddala, kyajja olw'ekibi eky'okujeemera Katonda. Okuyita mu Adamu, Sawulo, ne Kayini, tusobola okulaba mu bujjuvu ekiva mu kibi eky'okujeemera Katonda.

Adamu, omuntu eyatondebwa mu kifaananyi kya Katonda

Katonda Omutonzi yatonda omuntu eyasooka, Adamu, mu kifaananyi Kye, era oluvannyuma n'amufuuwamu omukka ogw'obulamu, bwatyo n'afuuka omuntu omulamu, oba omwoyo omulamu (Olubereberye 2:7). Katonda n'asimba olusuku ku ludda olw'ebuvanjuba bwa Adeni era n'ateeka omwo omuntu. Olwagira n'amugamba nti, "Buli muti ogw'omu lusuku olyangako nga bw'onooyagalanga, naye omuti ogw'okumanya obulungi n'obubi togulyangako, kubanga olunaku lw'oligulyako tolirema kufa" (Olubereberye 2:16-17).

Era bwe yalaba nti si kirungi Adamu okubeera yekka, Katonda n'aggyamu olumu ku mbirizi za Adamu n'akola Kaawa. Katonda n'abawa omukisa era n'abalagira bazaale baale. Era n'amuganya n'okufuganga eby'omu nnyanja, ebinyonyi eby'omu bbanga, na buli kintu kyonna ekyewalula ku nsi (Olubereberye

1:28). Oluvannyuma lw'okufuna omukisa ogw'amaanyi bwe gutyo okuva eri Katonda, Adamu ne Kaawa baalina eby'okulya bingi, baalina ezzadde lingi, era ng'obulamu bwabwe buli bulungi.

Mu ntandikwa, nga omwana omuwere, Adamu yali talina kintu kyonna kiri mu bwongo bwe. Nga mukalu bwe kalu. Kyokka, Katonda yatambula ne Adamu era n'amuyigiriza ebintu bingi asobole okubeerawo nga mukama w'ebitonde byonna. Katonda yasomesa Adamu ku ki Kyali, ensi mwe yali, amateeka ag'omwoyo. Katonda era n'asomesa Adamu engeri ey'okutambula ng'omuntu ow'omwoyo. N'amusomesa obubi n'obulungi bwe bibeera. Okumala emyaka mingi Adamu yagondera ebigambo bya Katonda era n'abeerawo ebbanga ddene mu Lusuku Adeni.

Adamu alya ekibala ekyamugaanibwa

Lwali lumu omulabe Setaani era omulyolyomi, omufuzi w'omu bbanga, n'ayingira mu musota, nga kye kisolo ekisingayo obukalabakalaba mu bisolo, era n'akema Kaawa okuyita mu gwo. Omusota ogwali gusindikirizibwa Setaani, gwali gumanyi nti Katonda yagaana omuntu okulya ku muti ogwali wakati w'Olusuku Adeni. Naye okusobola okukema Kaawa, omusota kwe kubuuza, "Bw'atyo bwe yayogera Katonda nti, 'Temulyanga ku miti gyonna egy'omu lusuku'?" (Olubereberye 3:1)

Kaawa yaddamu atya ekibuuzo kino? Yagamba bwati, "Ebibala by'emiti egy'omu lusuku tulya, wabula ebibala by'omuti oguli wakati mu lusuku, Katonda yayogera nti, 'Temugulyangako newakubadde okugukwatako, muleme okufa'" (Olubereberye 3:2-3) Katonda yayogera bwati, "Olunaku lw'oligulyako tolirema kufa" (Olubereberye 2:17). Olwo lwaki Kaawa yakyusa ekigambo kya Katonda n'agamba nti "muleme okufa"? "Muleme" kitegeeza "okutya nti". Ebigambo ebyo tebiraga nti ddala kiteekwa okutuukawo. "muleme okufa" ne "temulirema kufa" byanjawulo. Kino kikakasa nti teyatereka bigambo bya Katonda mu mutima gwe. Engeri gye yaddamu eraga nti yali takkiririza mu kigambo nti "temulirema kufa".

Omusota omukalabakalaba ne gukozesa omukisa guno, era kwe kuyingizaawo ekirala nti, "Okufa temulifa! Kubanga Katonda amanyi nti olunaku lwe muligulyako mmwe, amaaso gammwe lwe galizibuka, nammwe muliba nga Katonda, okumanyanga obulungi n'obubi" (Olubereberye 3:4-5). Omusota tegwakoma ku kulimba kyokka, gwateeka n'okweyagaliza mu Kaawa! Era olw'okuba omusota gwateeka okweyagaliza mu mutima gwa Kaawa, omuti ogw'okumanya obulungi n'obubi, Kaawa gwe yali talowoozangako kukwata, wadde okugusemberera, gwatandika okufaanana obulungi era oguwooma okulya. Era nga gulabika bulungi nnyo okusobola okuleetera omuntu okumanya! Era ekyavaamu, Kaawa n'alya ekibala ekyagaanibwa, era n'awaako ne bba.

Ebyo ebyava mu kibi kya Adamu eky'okujeemera Katonda

Kale bwatyo Adamu, eyasookawo mu bantu, bwe yajeemera ekiragiro kya Katonda. Olw'okuba Adamu ne Kaawa tebaatereka bulungi kigambo kya Katonda ku mitima gyabwe, baagwa mu kukemebwa kw'omulabe Setaani ne bajeemera ekiragiro kya Katonda. Era nga Katonda bwe yali abalabudde, Adamu ne Kaawa ddala 'tebaalema kufa'.

Kyokka bwe tusoma Bayibuli, tulaba nti tebaafiirawo.

Baasigala balamu okumala ebbanga ddene era ne bazaala abaana bangi. Katonda bwe yagamba, "Ddala tolirema kufa," Yali tategeeza okufa kuno okw'okungulu omuntu n'alekerawo okussa. Yali ategeeza ku kufa okukulu, nga kwe kufa okw'omwoyo. Mu kusooka omuntu yatondebwa n'omwoyo ogusobola okuwuliziganya ne Katonda, emmeeme ng'efugibwa omwoyo, n'omubiri, nga gukola nga yeekaalu y'omwoyo ne mmeeme (1 Abasessaloniika 5:23). Kale bwatyo omuntu bwe yajeemera ekiragiro kya Katonda, omwoyo, nga ye mukama w'omuntu, ne gufa.

Era olw'okuba omwoyo gw'omuntu gw'afa olw'okuba yajeemera Katonda, okuwuliziganya kwe ne Katonda ne kuggwaawo, kale yali takyasobola kubeera mu Lusuku Adeni. Kino kiri bwe kityo lwakuba omw'onoonyi tasobola kubeera mu kifo kye kimu ne Katonda mu kubeerawo kwe. Wano obuzibu bw'omuntu we bwatandikira. Obulumi ng'omukyala azaala bwakubisibwamu nnyo, mu bulumi mwe yalina okuzaalira abaana; okuyaayaana kwe ne kubanga eri omusajja we, era omusajja nga yalina okumufuganga. Era n'omusajja yalinanga okutuyaana ennaku zonna ez'obulamu bwe okusobola okulya ku mmere ey'omu ttaka eryakolimirwa ku lulwe (Olubereberye 3:16-17). Ebitonde byonna byakolimirwa wamu ne Adamu, era byalina okubonaabona wamu naye. Ate ng'okusinga ennyo, ezzadde lyonna eriva mu Adamu, mu lunyiriri olwo, baalina okuzaalibwa ng'ab'onoonyi era nga balina kufa.

Ensonga Iwaki Katonda yateekawo omuti ogw'okumanya obulungi n'obubi

Abantu abamu bayinza okwewuunya, "Katonda Ayinza

byonna yali tamanyi nti Adamu yali ajja kulya ekibala ekyamugaanibwa? Bw'aba nga yamanya, lwaki yaguteeka mu Lusuku Adeni era n'aganya Adamu okujeema? Singa ekibala ekyagaanibwa tekyaliwo, ekyo tekyandiziyizza Adamu okwonoona?" Kyokka, singa Katonda teyateeka ekibala ekyagaanibwa mu Lusuku, Adamu ne Kaawa bandyerabidde batya ku kwebaza okwannama ddala, essanyu, okusanyuka, n'okwagala? Ekigendererwa kya Katonda eky'okuteeka ekibala ekyagaanibwa wakati mu Lusuku Adeni tekwali kututwala eri ekkubo ery'okuzikirira. Kye kyali ekigendererwa kya Katonda, okutusobozesa okuyiga okugeraageranya.

Olw'okuba buli kimu mu Lusuku Adeni kyali ky'amazima, abantu mu Lusuku Adeni baali tebasobola kutegeera gatali mazima. Olw'okuba obubi eyo tebubeerayo, abantu tebamanya bukyayi kye ki, okubonaabona, obulwadde, oba okufa kye ki ddala. Kale katugambe nti abantu abali eyo tebasobola kutegeera nti ddala bali mu bulamu bulungi nnyo. Olw'okuba tebalozanga kukunnakuwala, tebamanya essanyu erya nnama ddala kye ki. Yensonga lwaki omuti ogw'okumanya obulungi n'obubi gwali gwetaagisa.

Katonda yayagala okubeera n'abaana abatuufu abategeera okwagala okutuufu kubeera kutya n'okusanyuka. Singa omusajja eyasooka Adamu yali amanyi essanyu erya nnamaddala kye kitegeeza bwe yali ali mu Lusuku Adeni, olwo yandiyinzizza atya okujeemera Katonda? Eno yensonga lwaki Katonda yateeka omuti ogw'okumanya obulungi n'obubi mu Lusuku, era ateekateeka omuntu wano ku nsi omuntu asobole okugeraageranya mu mbeera. Okuyita mu kuteekebwateekebwa kuno, omuntu ayita mu kuwangula n'okulemererwa, ebirungi n'ebibi, byonna okuyita mu kugeraageranya. Okujjako ng'omuntu ayize amazima okuyita mu ngeri eno, lwasobola okutegeera n'okwagala Katonda okuva ku ntobo y'omutima gwe.

Engeri ey'okuwonamu ekikolimo ekyaleetebwa ekibi

Adamu bwe yali ng'akyabeera mu Lusuku Adeni, yagondera Katonda era n'ayiga obulungi okuva ku Katonda. Naye bwe yamala okujeema, ezzadde lye ne bafuuka abaddu b'omulabe setaani, era ne bongera kwonoonebwa kibi buli mulembe ogwayitangawo. Ekiseera gye kyakoma okuyitawo, gye baakoma okubeera ababi. Nga tebazaalibwa na kibi kisikire kyokka, wabula n'abo bennyini nga beekoleranga ebibi bingi ddala mu mmeeme zaabwe gye baakomanga okukula okuyita mw'ebyo bye baalabanga n'okuwulira. Katonda yamanya nti Adamu yali wakulya ekibala ekyamugaanibwa. Yamanya nti ensi eno yonna yali ejja kujjula ekibi. Era Yamanya nti omuntu yali ajja kukwata ekkubo ery'okuzikirira. Yensonga lwaki Yategeka Omulokozi, Yesu Kristo, nga n'ebiro tebinnabaawo. Ekiseera kye Yateekawo bwe kyatuuka, n'asindika Yesu eri ensi eno.

Okusobola okusomesa abantu okwagala kwa Katonda, Yesu yasaasaanya enjiri y'obwakabaka bwa Katonda era n'akola obubonero n'ebyewuunyo. Era n'awanikibwa ku musalaba n'ayiwa omusaayi Gwe ogw'omuwendo okusasulira ekibi ky'abantu bonna. N'olwekyo, omuntu yenna akkiriza Yesu Kristo afuna Omwoyo Omutukuvu ng'ekirabo. Ekkubo eri obulokozi lyaggulibwawo eri abo abeggyako agatali mazima era ne batambulira mu mazima nga bagoberera okulung'amizibwa kw'Omwoyo Omutukuvu. Abantu bwe bakomyawo ekifaananyi kya Katonda kye baali baafiirwa, era ne batya

Katonda n'okukuuma amateeka Ge, nga bwe buvunaanyibwa obujjuvu obw'abantu (Omubuulizi 12:13), olwo nno basobola okweyagalira mu mikisa gyonna Katonda gyabategekedde. Tebeeyagalira mu bugagga bwokka n'obulamu, wabula n'obulamu obutaggwaawo mu mikisa egy'olubeerera.

Nga bwe kinyonyoddwa, bwe tujja eri Omusana, tusobola okuwonyezebwa akatego ak'ekikolimo ekyava ku kibi. Omutima gwaffe nga guyinza okufuuka ogw'eddembe nga tumaze okwenenya n'okwatula, ne tweggyako ebibi byaffe era ne tusalawo okutambulira mu Kigambo kya Katonda! Bwe tukkiririza mu Kigambo kya Katonda era ne tusabirwa, tusobola okulaba bwe tuteebwa okuva mu ndwadde, obuzibu, okugezesebwa n'okubonaabona. Katonda asanyukira abaana Be abakkiriza Yesu Kristo era ne batambulira mu butuukirivu, era abaggyako ebikolimo byonna.

Ebyo ebyava mu kibi kya Sawulo eky'okujeemera Katonda

Sawulo yafuuka kabaka eyasooka aba Isiraeri bwe baakalambira nti bagala kabaka. Yali ava mu kika kya Benyamini, era nga teri mulala mu Isiraeri eyali amusinga bulungi n'obugogoofu. Era mu kiseera Sawulo mwe yalondebwa nga kabaka, yali muwombeefu eyali yeetwala nga wa wansi okusinga abalala. Naye bwe yamala okufuuka kabaka, mpola mpola, Sawulo yatandika okujeemera ebiragiro bya Katonda. Yanyoomoola ekifo kya kabona omukulu era ne yeeyisa mu ngeri etasaana (1 Samwiri 13:8-13), era ekyavaamu n'ayonoona olw'okujeema.

Mu 1 Samwiri essuula 15, Katonda yagamba Sawulo

okuzikiriza Abamaleki, naye Sawulo teyagonda. Ensonga lwaki Katonda yamugamba azikirize Abamaleki ewandiikiddwa mu Kuva essuula 17. Abaisiraeri bwe baali bagenda mu nsi ye Kanani nga bava mu Misiri, Abamaleki baabalumbagana okulwana n'Abaisiraeri.

Olw'ensonga eno, Katonda yalayira okumalirawo ddala eggwanga ly'Abamaleki wansi w'enjuba obutajjukirwanga (Okuva 17:14), era olw'okuba Katonda takyukakyuka, Yamalirira okutuukiriza kino nga wayiseewo n'emyaka kikumi, mu biseera bya Sawulo. Okuyita mu Nnabbi Samwiri, Katonda yalagira nti, "Kaakano genda okube Amaleki, ozikiririze ddala byonna bye balina, so tobasaasira; naye batte abasajja, abakazi, omwana omuwere, n'ayonka, ente n'endiga, eng'amira n'endogoyi" (olu. 3).

Kyokka, Sawulo yajeemera Katonda. N'awonya Kabaka Agagi n'amuleeta ng'omusibe, era n'awonyaawo n'endiga, ente n'ebisolo ebirala ebyali birabika obulungi. Yali ayagala okulaga byasobodde okufuna eri abantu basobole okumutendereza. Sawulo yakola ekyo ye kye yalowooza nti kye kituufu mu birowoozo bye, kyokka n'ajeemera Katonda. Nnabbi Samwiiri yanyonyola mu ngeri Sawulo gyasobola okutegeera, naye era Sawulo teyeenenya, kyokka n'adda mu kwewolereza (1 Samwiri 15:17-21). Sawulo yagamba nti ebisolo yabiwonya era n'abireetera abantu basobole okuwaayo ssaddaaka eri Katonda.

Olowooza Katonda yagamba ki ku kibi kino eky'obujeemu? 1 Samwiri 15:22-23 wagamba, "Laba, okugonda kusinga ssaddaaka obulungi, n'okuwulira kusinga amasavu g'endiga ennume. Kubanga okujeema kuling'anga ekibi eky'obufumu, n'obukakanyavu buling'anga okusinza ebifaananyi ne baterafi." Ekibi eky'obujeemu kiringa bw'olaba ekibi eky'okweraguza n'okusinza ebifaananyi. Okweraguza bubeera bulogo, era nga kibi kinene ekirina okusalirwa omusango gwa Katonda, so nga okusinza ebifaananyi Katonda akitwala nga ekibi eky'omuzizo.

Era ekyavaamu, Samwiri kwe kunenya Sawulo, "Kubanga ogaanyi ekigambo kya MUKAMA, Naye akugaanye okuba kabaka" (1 Samwiri 15:23). Naye era Sawulo teyeenenya mu mazima. Wabula essira yaliteeka ku kulaba nti abantu tebamuggyamu bwesige, bwatyo n'asaba Samwiri okumuwa ekitiibwa mu maaso g'abantu be (1 Samwiri 15:30). Ddala kiki ekisinga okutiisa n'okukwasa ennaku, okusinga okugaanibwa Katonda? Naye kino tekituukira ku Sawulo yekka. Kituukira ne ku ffe olwaleero. Bwe tujeemera Ekigambo kya Katonda, olwo nno tubeera tetulina bwe twewala biva mu kibi ekyo. Kino kituukira ne ku mawanga gaffe ne ku maka gaffe.

Eky'okulabirako, omuddu bw'ajeemera kabaka ye ne yeekolera bibye nga bwayagadde, alina okusasulira ebiva mu kibi kye. Mu maka, omwana bwajeemera bazadde be n'alaluka, abazadde nga banakuwala? Olw'okuba obujeemu bumalawo emirembe gyonna, ekiddirira bubeera bulumi na kubonaabona. Era ekyava mu bujeemu bwa Sawulo eri Katonda, teyafiirwa kitiibwa kye kyokka n'obuyinza; wabula yasumbuyibwanga n'emyoyo emibi, era ekyavaamu, n'afiira mu lutalo enfa embi ennyo.

Ebyo ebyava mu kibi kya Kayini eky'okujeemera Katonda

Mu Lubereberye essuula 4, tulaba batabani ba Adamu ababiri, Kayini ne Abiri. Kayini yali mulimi, so nga Abiri yali mulunzi wa ndiga. Bwe waayitawo akaseera, Kayini n'awaayo ssaddaaka eri Katonda ey'ebirime ebiva mu nnimiro ye, ne Abiri n'awaayo ssaddaaka eri Katonda ey'omwana gw'endiga omubereberye ogulabika obulungi, n'amasavu gaagwo gonna. Katonda nasiima Abiri ne ssaddaaka ye, kyokka teyasiima ssaddaaka ya Kayini.

Adamu bwe yagobebwa mu Lusuku Adeni, Katonda yamugamba nti alinanga okuwaayo ssaddaaka nga ya musaayi ogw'ekisolo okusobola okusonyiyibwa (Abaebbulaniya 9:22). Adamu bwatyo bwe yasomesa batabani be bano bombi eky'okuwangayo nga ssaddaaka, era Kayini ne Abiri baali bamanyi bulungi ekika kya ssaddaaka, Katonda kye yali ayagala. Abiri yalina omutima omulungi, bwatyo n'agonda era n'akolera ddala nga bwe yasomesebwa, era n'awaayo ssaddaaka nga Katonda bwagyagala. Kyokka ye Kayini, yawaayo ssaddaaka okusinziira ku ndowoozo ye, ekyali kimwanguyira kye yakola. Eno yensonga lwaki Katonda yakkiriza ssaddaaka ya Abiri n'atakkiriza ya Kayini.

Kino kituukira ne ku ffe olwaleero. Katonda asanyukira okusinza kwaffe bwe tumusinza n'omutima gwaffe gwonna, emmeeme n'okusingira ddala, mu mwoyo ne mu mazima. Kyokka, bwe tumusinza, nga bwe twagala, era bwe tutambulira mu bulamu obw'ekikristaayo naye nga tubunoonyaamu byaffe, olwo nno tubeera tetulina wetukwataganira na Katonda.

Mu Lubereberye 4:7, Katonda yagamba Kayini nti, "Bw'onookolanga obulungi, tokkirizibwenga? Bw'otokola bulungi ekibi kituula ku luggi, n'okwegomba kwe kunaabanga eri ggwe, naawe onoomufuganga." Katonda yali agezaako okutangaaza Kayini aleme okwonoona. Naye kayini yali tasobola kufuga kibi era n'amaliriza ng'asse muganda we.

Singa kayini yalina omutima omulungi, yandikyuse n'aleka amakubo ge amabi, era wamu ne muganda we, yandiwaddeyo ssaddaaka esanyusa Katonda, era tewandibaddewo buzibu bwonna. Kyokka, olw'okuba yali mubi, yajeemera okwagala kwa Katonda. Kino kyazaala obuggya n'okutta, nga gye mirimu gy'omubiri, era ekyava mu musango, ekikolimo ne kigwa ku ye. Ekyavaamu, Katonda n'agamba Kayini nti, "Kale kaakano okolimiddwa, mu nsi eyasamizza akamwa kayo okuweebwa omusaayi gwa muganda wo mu mukono gwo. Bw'onoolimanga ensi, okuva kaakano teekuwenga maanyi gaayo; mu nsi onoobanga mmomboze era omutambuze," era okuva kw'olwo, Kayini yafuuka omuntu abeera mu kudduka buli ssaawa (Olubereberye 4:11-12).

Wetutuukidde wano nga twakayiga ku bulamu bw'omuntu eyasooka Adamu, Kabaka Sawulo, ne Kayini, ng'ekibi ky'okujeemera Katonda kinene! Era nga okusoomoozebwa n'okubonaabona bingi ebiva mu kyo. Omukkiriza amanyi Ekigambo kya Katonda bwajeema, okwo kubeera kujeemera Katonda. Omukkiriza bw'aba tafuna mukisa gw'akubeera bulungi mu mbeera zonna ez'obulamu bwe, ekyo kitegeeza nti mu ngeri emu oba endala, akola ekibi kino eri Katonda.

N'olwekyo tulina okumenyaamenya ekisenge ky'ebibi ekiyimirirawo wakati wa Katonda naffe. Katonda yasindika Yesu Kristo n'Ekigambo eky'amazima mu nsi eno okuwa obulamu obutuufu eri omuntu oyo ali mu kutambulira wakati mu kubonaabona olw'ekibi. Bwe tutatambulira mu kigambo eky'amazima, ekivaamu kubeera kufa.

Tulina okutambulira mu kusomesebwa kwa Mukama okututwala eri obulokozi, obulamu obutaggwaawo, okuddibwamu eri okusaba, n'emikisa. Tetulina kukola kibi kya bujeemu nga tubeera mu kwekebera buli ssaawa oba tulina wetwonoona, twenenye, era togondere Ekigambo kya Katonda tusobole okutuuka ku bulokozi obutuukiridde.

Essuula 12

"Ndisangula Omuntu gwe Nnatonda Okuva mu nsi"

"MUKAMA n'alaba obubi bw'omuntu nga bungi mu nsi, na buli kufumiitiriza kw'ebirowoozo eby'omu mutima gwe nga kubi kwereere bulijjo. MUKAMA ne yejjusa kubanga yakola omuntu mu nsi, n'anakuwala mu mutima Gwe. MUKAMA n'ayogera nti, 'ndisangula omuntu gwe nnatonda okuva mu nsi, okusookera ku muntu, n'ensolo, n'eky'ewalula n'ekibuuka waggulu, kubanga nejjusizza kubanga nabikola. Naye Nuuwa n'alaba ekisa mu maaso ga MUKAMA. Kuno kwe kuzaala kwa Nuuwa. Nuuwa yali mutuukirivu, nga talina kabi mu mirembe gye. Nuuwa n'atambulira wamu ne Katonda."
(Olubereberye 6:5-9)

Mu Bayibuli tusobola okulaba engeri obubi bw'omuntu bwe bwali bussusse mu biseera bya Nuuwa. Katonda yanakuwala era ne Yejjusa lwaki yatonda omuntu era n'alayira nti alisangula omuntu gwe yatonda mu nsi okuyita mu musango gw'Amataba. Katonda yatonda omuntu, n'atambula naye, era namuwa okwagala Kwe okutaliiko kkomo, naye lwaki ate yalina okusalira omuntu omusango mu ngeri bw'eti? Katwekenneenye ensonga lwaki Katonda yasalira omuntu omusango n'engeri gye tuyinza okwewala omusango gwa Katonda era mu kifo kya ggwo ne tufunamu emikisa Gye.

Enjawulo eriwo wakati w'omuntu omubi n'omuntu omulungi

Bwe tubeera twogera n'okukolagana n'abantu, tulina bwe tutandika okuwulira bwe tubeera n'abo. Olumu tusobola okukiwulira nti babi, oba nti balungi. Ebiseera ebisinga, abantu abaakulira mu mbeera ennungi era ne bafuna okuyigirizibwa okutuufu babeera n'embeera engonvu n'emitima emirungi. So nga, abantu abakulira mu mbeera enzibu, nga balaba n'okuyita mu bintu ebibi bingi ebikontana n'amazima, ebiseera ebisinga batera okubeera n'embeera enyonoonefu era batera okubeera ababi. Kale kituufu, eriyo abamaliriza nga babi wadde nga baakuzibwa mu mbeera nga nnungi so nga eriyo n'abo abakyuka ne babeera abalungi wadde baakulira mu mbeera enzibu era ne bamaliriza nga bali bulungi nga balina n'emitima emirungi. Naye nga ddala, abantu bameka abayinza okubeera nga baakulira mu mbeera nga nnungi ne basomesebwa bulungi, okwo ne bagattako okukuzibwa obulungi n'abo ne bafuba okubeera abantu abalungi?

Bwe tubeera nga twagala okutunuulira eby'okulabirako by'abantu abalungi, tulina okutunuulira abantu nga Malyamu eyali tamanyi musajja era nga yeyazaala Yesu, n'omwami we, Yusufu. Yusufu bwe yakizuula nti Malyamu yali ali lubuto wadde yali teyeegattangako naye, yakola atya? Okusinziira ku mateeka g'ebiseera ebyo, omuntu eyakolanga obwenzi yalina okukubibwa amayinja okutuuka lw'afa. Kyokka, Yusufu kino yakikuuma nga kyama. Era ng'ayagala na kumuleka mu kyama. Ddala nga yalina omutima omulungi!

So nga ku ludda olulala, eky'okulabirako ky'omuntu omubi

yandibadde Abusaalomu. Muganda we, omwana wa kitaawe Amunooni, bwe yayonoona mwannyina, yamalirira mu mutima gwe okuwoolera eggwanga. Era bwe yafuna omwagaanya, Abusaalomu n'atta Amunooni. Era yaggula n'olutalo ku kitaawe Dawudi, olw'ensonga eno. Era ekyavaamu n'akulemberamu okwagala okumaamula kitaawe ku ntebe. Obubi buno bwonna bwaggwera mu bulamu bwa Abusaalomu okukomekkereza obubi.

Eno y'ensonga lwaki Matayo 12:35 wagamba, "Omuntu omulungi ebirungi abiggya mu tterekero lye eddungi, n'omuntu omubi, ebibi abiggya mu tterekero lye ebbi." Eri abantu abasinga obungi, bwe bagenda bakula, bayinza n'okuba tebakigenderedde, obubi busigibwa bwokka mu bo. Edda ennyo, wadde tekyateranga kubaawo, waaliwo abantu abawera abaali abeetegefu okufiirira ensi zaabwe n'abantu baabwe. Naye, ennaku zino, kizibu okusangiriza abantu nga bano. Wadde bagenda b'onoonebwa obubi, abantu bangi tebamanyi ekibi kye ki, era babeerawo nga balowooza batuufu.

Lwaki omusango gwa Katonda gujja

Bwe tutunuulira ebyo ebyawandiikibwa mu Bayibuli oba ebyafaayo by'omuntu, wadde bya mulembe ki, buli ebibi by'omuntu bwe byayitanga we birina okukoma, nga omusango gwa Katonda gujja. Tusobola okwawulamu omusango gwa Katonda ebika bisatu ebikulu.

Omusango gwa Katonda nga gugudde ku muntu atakkiriza, gusobola okugira eri eggwanga lyonna awamu, oba ku muntu ssekinnoomu. Era waliwo n'embeera ng'omusango gwa Katonda gusobola okugwa ku bantu Be bennyini. Eggwanga lyonna bwe lyonoona ekissusse, okubonaabona okw'amaanyi kugwa ku ggwanga lyonna. Omuntu bwayonoona ekibi ekisaanidde omusango, Katonda ajja kumuzikiriza. Abantu ba Katonda bwe basobya, bakangavvulwa. Kiri bwe kityo lwakuba Katonda ayagala abantu be; Aganya okubonaabona okujja gye bali basobole okuyigira ku nsobi zaabwe era bakyuke okuzivaamu.

Ng'omutonzi, Katonda tafuga bufuzi bantu bonna mu nsi, kyokka ng'omulamuzi, Aganya omuntu 'okukungula kyasiga'. Edda abantu bwe baali tebamanyi Katonda, nga bwe babeera n'omutima omulungi, nga banoonya era ne bagezaako okutambulira mu butuukirivu, Ng'olumu Katonda abeebikkulira okuyita mu birooto era ng'abaganya okutegeera nti mulamu.

Kabaka Nebukaduneeza ow'obwakabaka bwa Babbulooni yali takkiririza mu Katonda, kyokka Katonda n'amwolesa mu kirooto ebyo ebyali bijja okujja mu biseera eby'omu maaso. Yali tamanyi Katonda, naye ng'amanyi ebirungi, yasobola okulondamu abasinga obugezi mu bawambe. N'abasomesa ku by'obuwanga bwa Babbulooni, era n'abateeka ne mu bifo eby'okumwanjo mu bwakabaka. Kino yakikola kubanga mu kasonda akamu mu mutima gwe, yali amanyi nti eriyo katonda asingayo. Kale omuntu ne bw'aba tamanyi Katonda, bwagezaako okubeera n'omutima omutuufu, Katonda ajja kumwebikkulira nti Ye Katonda omulamu, era asasule omuntu oyo okusinziira ku bikolwa bye.

Okutwaliza awamu, abatali bakkiriza bwe bakola obubi, Katonda tajja kubakangavvula okujjako ekintu bwe kibeera kiyiseewo nnyo. Kino kiri bwe kityo lwakuba tebamanyi na kibi kye ki, era tabalina webakwataganira Naye. Balinga abaana abeeboolereza mu makulu ag'omwoyo. Era bajja kumaliriza nga bagenze mu Ggeyeena, era baasalirwa dda omusango. Kyokka ebibi byabwe bwe bissuka we birina okukoma ne bakosa nnyo abalala, n'obubi bwabwe ne bussuka nga tebafaayo ku muntu yenna, wadde tebalina webakwataganira na Katonda, tajja kubagumiikiriza. Kino kiri bwe kityo lwakuba Ye Mulamuzi, oyo alamula obubi n'obulungi bw'abantu bonna.

Ebikolwa 12:23 wagamba, "Amangu ago malayika wa Mukama n'amukuba, kubanga tawadde Katonda kitiibwa, n'aliibwa envunyu, n'afa." Kabaka Kerode yali si mukkiriza era nga ye yatta Yakobo, omu ku bayigirizwa ba Yesu' ekkumi n'ababiri. Era ye yakuba ne Peetero mu kkomera. Kyokka amalala ge bwe gassuka nga gyoli ye katonda, Katonda n'amukuba, era envunyu ne zimulya, era n'afa. Omuntu ne bw'aba nga tamanyi Katonda, ekibi kye bwe kissukuluma, ajja kufuna ekibonerezo nga kino.

Ate bwe kituuka ku bakkiriza? Abaisiraeri bwe baasinza ebifaananyi, ne bava ku Katonda, era ne bakola buli kika kya bubi, Katonda nga tabaleka bulesi nga bwe bali. Ng'abanenya era n'abasomesa okuyita mu nnabbi, era bwe beeyongera ne batawuliriza, Ng'ababonereza basobole okukyuka okubivaamu.

Nga bwe kyawandiikibwa mu Abaebbulaniya 12:5-6, "Mwana wange, tonyoomanga kukangavvula kwa Mukama, So toddiriranga bw'akunenya; Kubanga Mukama gw'ayagala amukangavvula era akuba buli mwana gwakkiriza." Katonda ayingirawo abaana Be abaagalwa bwe basobya. Abakangavvula era n'abasomesa basobole okwenenya, bakyuke, era beeyagalire mu bulamu obw'omukisa.

* Kubanga obubi bw'omuntu bwali bussusse

Ensonga lwaki omusango gwa Katonda gwajja ku nsi, lwakuba obubi bw'omuntu bwali bussusse (Olubereberye 6:5). Olwo ensi efaanana etya obubi bw'omuntu bwe bussuka?

Okusooka, waliwo embeera nga abantu, ng'eggwanga lyonna awamu, bawezezza obubi. Abantu basobola okufuuka omu n'abo abakiikiridde eggwanga lyabwe, gamba nga katikkiro oba omukulembeze w'eggwanga, ne bazimba ekibi bonna wamu. Eky'okulabirako ekimanyiddwa ennyo bwe butemu obwakolebwa gavumenti ye Germany eyali ekulemberwa Hitler, bwe batta abayudaaya obukadde mukaaga. Eggwanga lya Germany lyonna lyakolera wamu n'omukulembeze waalyo Hitler okusaanyaawo Abayudaaya. Engeri abantu gye battibwangamu yali yattima nnyo.

Okusinziira ku byafaayo, Abayudaaya obukadde 6 abaali babeera mu Germany beebalusuulamu akaba, n'abantu okuva mu nsi ya Austria, Poland, Hungary, ne Russia battibwa mu ngeri ey'ettima olw'okukozesebwa emirimu emikambwe ennyo, okubonyaabonyezebwa, okumibwa emmere, n'okubatta. Abantu baafa bali bwereere mu makolera agakola omukka ogw'obutwa, abamu battibwa balamu, ate abalala ne bafa enfa embi ennyo nga kwe bagezeseza ebintu okulaba oba bikola. Ye Hitler n'ensi ye eya Germany baakoma wa, abaateeka mu nkola ebikolwa bino eby'ekitujju? Hitler y'etta, ate ensi Germany yawangulwa, nga kw'otadde n'okuba n'ebyafaayo ebibi ennyo ebyakolebwa mu ggwanga lyabwe. Era ekyavaamu, ensi eno yayawulwamu emirundi ebiri, Germany ey'ebuvanjuba n'ey'ebugwanjuba. Abo abaasingisibwa emisango egy'okukola ebivve baalina okukyusa amanya nga bwe badduka okuva mu kifo ekimu okudda mu kirala. Baakwatibwa era bonna wamu ne baweebwa ekibonerezo ky'okufa.

Abantu mu kiseera kya Nuuwa n'abo baasalirwa omusango. Olw'okuba abantu mu kiseera ekyo baali bajjudde obubi, Katonda kwe kukola okusalawo okubazikiriza (Olubereberye 6:11-17). Okutuuka ku lunaku olw'amataba, Nuuwa yalangiriranga nti omusango gujja, naye tebaamuwuliriza okutuuka ku nkomerero. Eky'amazima, okutuuka ku ssaawa nga Nuuwa n'ab'omu maka ge bayingira eryato, abantu baali bali mu kunywa na kulya, bwe bawasa n'okufumbiza, nga benyigira mu buli masanyu. Okusinziira ku Nuuwa, ne bwe baalaba ng'enkuba etandise, tebaategeera kyali kigenda mu maaso (Matayo 24:38-39). Era ekyavaamu, abantu bonna be bafa mu mataba okujjako Nuuwa n'ab'omu maka ge (Olubereberye essuula 7).

Era waliwo n'ebyabaawo mu biseera bya Ibulayimu mu Bayibuli ku ngeri Katonda gye yasindikira abantu omusango ogw'omuliro n'ensasi ku Sodoma ne Gomora kubanga baali bajjudde obubi (Olubereberye essuula 19). Okwongereza ku by'okulabirako bino, tusobola okulaba mu byafaayo mulimu Katonda be yasindikira omusango gw'enjala, musisi, n'ebibonoobono ebirala. Ng'asindikira eggwanga lyonna abantu baamu bwe babeera bajjudde obubi.

Ekiddako ye muntu okuba nga yafuna omusango, wadde omuntu akkiririza mu Katonda oba nedda, obubi bwe bwe buwera, asalirwa omusango okusinziira kw'ebyo byakoze. Obulamu bw'omuntu busobola okukendeezebwako nga kiva ku bubi bwe ye, oba okusinziira ku bubi bwe bukoseza abalala kyenkana ki, asobola okufa enfa embi ng'ekiseera kye kituuse. Kyokka, omuntu bw'afa ku myaka emito tekitegeeza nti yasaliddwa omusango; kubanga eriyo abantu nga Pawulo ne Peetero, abattibwa wadde baali batambulira mu bulamu obw'obutuukirivu. Okufa kwabwe kwali okufa okutuukirivu, kale mu Ggulu, bamasamasa ng'enjuba. Eriyo n'abantu abamu abaali abatuukirivu edda, nga bwe baabuulira kabaka amazima, baakakibwa okunywa obutwa obwabattanga. Mu mbeera nga zino, okufa kwabwe kwali tekuvudde ku musango ogwabasalirwa, wabula nga kwe kufa okutuukirivu.

Ne mu nsi olwaleero, oba ggwanga lyonna oba muntu ssekinnoomu, ebibi by'abantu biyitiridde. Ebiseera ebisinga obungi, abantu tebakkiririza mu Katonda nti Ye Katonda omu yekka ow'amazima, bajjudde endowooza zaabwe bo. Bagoberera bakatonda ab'obulimba, ebifaananyi, oba bagala bintu birala okusinga Katonda. Okwegatta nga tebannafumbirwa kifuuse kya bulijjo, abawolereza okulya ebisiyaga beeyongedde okuccaaka era nga bagala bikkirizibwe. Si ebyo byokka, okukozesa ebiragalalagala kussusse, entalo, obukyayi, empalana, n'okulya enguzi biri buli wantu.

Waliwo ebiseera eby'oluvannyuma bwe byogerwako mu Mataayo 24:12-14, "Era kubanga obujeemu buliyinga obungi, okwagala kw'abasinga obungi kuliwola. Naye agumiikiriza okutuuka ku nkomerero, ye alirokolebwa. N'enjiri eno ey'obwakabaka eribuulirwa mu nsi zonna, okuba omujulirwa mu mawanga gonna, awo enkomerero n'eryoka ejja." Eno y'ensi gye tulimu olwaleero.

Nga bw'otayinza kumanya nti odduggala bw'obeera mu kizikiza, olw'okuba mu nsi olwaleero mujjudde ebibi, abantu batambulira mu bujeemu kyokka nga tebamanyi nti bye bakola bya bujeemu. Olw'okuba emitima gyabwe gijjudde obujeemu, okwagala okw'amazima tekusobola kubateekebwamu. Babuusabuusa, si beesigwa, na buli kika ky'ebintu ebirumya omutima kibunye wonna kubanga okwagala kw'abantu kuwoze. Katonda oyo, atalina bbala wadde olufunyiro, ayinza atya okugenda mu maaso n'okutunula obutunuulizi embeera eno?

Omuzadde bw'aba ayagala omwana we, kyokka ng'omwana awaba, omuzadde ayinza kukola ki? Omuzadde ajja kugezaako okwegayirira omwana akyuke, n'okumukangavvula. Kyokka omwana era bwasigala nga takyuse, omuzadde asobola n'okumussa ku njegere okulaba nti ategeera. Naye omwana bwasigala ng'akola ebintu ebitakkirizika, omuzadde asobola n'okumwegaana. Bwe kityo bwe kiri ne ku Katonda Omutonzi. Ekibi ky'omuntu bwe kiyitirira n'abeera nga tayawukana na nsolo, Katonda abeera talina bwakyebeera wabula okumuteekako omusango.

* Kubanga ebirowoozo by'omutima gwe bubi bwereere

Katonda bwassa ku nsi omusango, Abeera munakuwavu si lwakuba ensi ejjudde ekibi kyokka, wabula n'olw'okuba ebirowoozo by'omuntu byafuuka bubi bwereere. Omuntu Alina omutima omukakanyavu abeera ajjudde ebirowoozo ebibi. Abeera yeeyagaliza yekka, era ng'anoonya kwekkusa yekka, era akola ekintu kyonna okulaba nti agaggawala, era bulijjo ayongera kubeera na birowoozo bibi byereere. Kino kiyinza n'okutuukira ku ggwanga lyonna oba ku muntu ssekinnoomu. Kiyinza n'okutwaliramu abakkiriza. Nga wadde omuntu ayogera nti yakkiriza Katonda, bwatereka obuteresi Ekigambo kya Katonda nga ebimu ku bintu by'amanyi n'atakiteeka mu nkola, ajja kugenda mu maaso nga yeenoonyeza bibye, kale abeera talina bwakyebeera wabula okubeera n'ebirowoozo ebibi buli ssaawa.

Lwaki tusinza Katonda n'okuwuliriza Ekigambo Kye? Tukikola tusobole okutambulira mu kwagala Kwe era tufuuke abantu abatuukirivu Katonda bayagala tubeere. Naye eriyo abantu bangi abakoowoola nti "Mukama wange, Mukama wange," kyokka nga tebatambulira mu kwagala Kwe. Wadde bagamba nti obwakabaka bwa Katonda babukoledde emirimu mingi, olw'ebibi by'emitima gyabwe, bajja kusalirwa omusango; era tebajja kuyingira mu Ggulu (Matayo 7:21). Obutakuuma biragiro bya Katonda n'amateeka kitwalibwa nti kibi, era okukkiriza okutaliiko bikolwa kubeera kufu, kale abantu ng'abo tebasobola kufuna bulokozi.

Bwe tubeera nga tuwulira Ekigambo kya Katonda, twetaaga okweggyako obubi bwonna era tukitambuliremu. Olwo nno, emyoyo gyaffe ginaabeera bulungi, era tujja kubeera bulungi mu mbeera zonna; era tujja kufuna n'emikisa egy'obulamu. Kale obulwadde, ebigezo n'okubonaabona tebijja kutujjira. Ate era ne bwe binaaba bizze, buli kintu kikolera wamu ku lw'obulungi, era nga bifuuka omwagaanya ogw'okufunirako emikisa.

Yesu bwe yajja eri ensi eno, abantu nga endiga ez'omutima omulungi, bannabbi Ana, Simyoni, n'abalala baategererawo omwana Yesu. Kyokka, Abafalisaayo n'Abassaddukaayo abaagambanga nti amateeka bagamanyi butiribiri era nga bagasomesa n'okugasomesa tebaategeera Yesu. Singa ddala baali bannyikidde Ekigambo kya Katonda, kale obulungi bwandibadde mu mitima gyabwe, era bandibadde bategeera Yesu n'okumukkiriza. Kyokka olw'okuba baali tebakyuse okuviira ddala ku ntobo y'emitima gyabwe, baafubanga nnyo okulaga obutuukirivu kungulu. N'olwekyo emitima gyabwe gyali migumu era nga tebasobola kutegeera kwagala kwa Katonda, era nga tebasobola kutegeera Yesu. Kale kisinziira ku bulungi oba obubi bwenkana ki bw'olina mu mutima gwo, enjawulo ebeera y'amaanyi ddala.

Ekigambo kya Katonda tekisobola kunyonyolwa mu lulimi lwangu ba olulimi olutegerekeka obulungi oba n'amagezi ga buntu gokka. Abantu abamu bagamba nti okusobola okutegeera amakulu g'ennyini aga Bayibuli, omuntu alina kusooka kusoma Luyonaani oba olw'ebbulaniya era n'abivuunula okuva mu lulimi lwe yasooka okuwandiikibwamu. Kati olwo lwaki Abafalisaayo n'Abassaddukaayo, wamu ne Bakabona Abakulu tebaategeera Bayibuli bulungi—ng'ate yawandiikibwa mu lulimi lwabwe Oluyonaani—era lwaki tebaategeera Yesu? Kino kiri bwe kityo lwakuba Ekigambo kya Katonda kyawandiikibwa mu kulung'amizibwa kw'Omwoyo Omutukuvu era nga kiyinza kutegeerebwa ng'omuntu alung'amizibwa Mwoyo Mutukuvu okuyita mu kusaba. Bayibuli tesobola kutegeerebwa na makulu ag'okungulu.

N'olwekyo, bwe tubeera n'agatali mazima mu mitima gyaffe oba okwegomba kw'omubiri, okwegomba kw'amaaso, oba amalala g'ensi agataliimu, olwo nno tetusobola kuzuula kwagala kwa Katonda wadde okukutambulira. Abantu b'ennaku zino babi nnyo bagaana n'okukkiririza mu Katonda; ate si ekyo kyokka, ne bwe bagamba nti bakkiririza mu Katonda, era basigala batambulira mu bujeemu n'obutali butuukirivu. Kwe kugamba tebatambulira mu kwagala kwa Katonda. Okwo kwe tulabira nti omusango gwa Katonda gunaatera.

* Na buli kufumiitiriza kw'omutima kwonna kubi kwereere

Ensonga lwaki Katonda ateeka ku bantu omusango lwakuba buli kufumiitiriza kw'omu mutima gw'omuntu kubi kwereere. Bwe tubeera n'ebirowoozo ebibi, pulaani eziva mu birowoozo bino ebibi zibeera mbi njereere, era ebirowoozo bino bye bisiikuula ebikolwa ebibi okubeera nga biteekebwa mu nkola. Lowoozo ku pulaani mmeka embi abantu ze bakuba buli lunaku.

Tulaba abantu abali mu bifo ebya waggulu eby'eggwanga nga basaba enguzi ennene, oba ng'abalya ensimbi ezibadde ez'okukola ebirala, era ng beenyigira mu ntalo ez'amaanyi n'enyombo. Okukozesa engeri ezitasaana okusobola okukoonola ebifo mu woofiisi za gavumenti, mu maggye, n'ebintu ebirala bingi, bikolebwa nnyo ensangi zino. Eriyo abaana abatta ba kitaabwe basobole okutwala eby'obugagga byabwe, so nga abavubuka bangi bayiiya engeri embi ez'okufunamu sente okusobola okwenyigira mu masanyu ne mu binyumu.

N'abaana abato ensangi zino bakola pulaani. Okusobola okufuna sente okugenda mu maduuka, oba okubaako kye bagula kye bagala ennyo, balimba bazadde baabwe, oba okubba. Ate olw'okuba buli omu afa ku bibye okugezaako okwekkusa, buli kufumiitiriza kw'ebirowoozo byabwe kulina kubeera kubi kwereere n'ebikolwa byakwo. Okukulaakulana mu ggwanga mu bintu ebikwatikako bwe kuddukira ku misinde egya waggulu, abantu amangu ddala babeera tebakyafa ku mpisa zaabwe, nga bali mu kunoonya ebyo ebibasanyusa. Ekyo kye nnyini kye kigenda mu maaso ennaku zino, nga bwe kyali mu biro bya Nuuwa ekibi bwe kyetika ensi n'ekiyitawo.

Okwewala omusango gwa Katonda

Abantu abagala Katonda, n'abo abatunula mu mwoyo bagamba nti okudda kwa Mukama kuli kumpi nnyo ddala. Era nga bwe kyawandiikibwa mu Bayibuli, obubonero bw'ebiro eby'oluvannyuma, Mukama bwe yayogerako, butandise okweyolekera ddala obulungi. N'abatali bakkiriza batera okugamba nti tuli mu biro eby'oluvannyuma. Omubuulizi 12:14 wagamba, "Kubanga Katonda alisala omusango ogwa buli mulimu, wamu na buli kigambo ekyakwekebwa, oba nga kirungi oba nga kibi." N'olwekyo tulina okumanya nti enkomerero eri kumpi, era tulina okulwanyisa ekibi okutuuka ku ssa ery'okuyiwa omusaayi, era tweggyeko buli kika kya bubi era tufuuke abatuukirivu.

Abo abakkiriza Yesu Kristo era ng'amannya gaabwe gawandiikiddwa mu Kitabo eky'Obulamu mu Ggulu, bajja kufuna obulamu obutaggwaawo era beeyagalire mu mikisa egitaggwaawo. Bajja kuweebwa empeera okusinziira ku bikolwa byabwe, kale wajja kubaawo abo abateekebwa mu bifo ebimasaamasa ng'enjuba, n'abo abanaateekebwa mu bifo ebimasaamasa ng'omwezi, oba emmunyeenye. Ku ludda olulala, oluvannyuma lw'Omusango gw'oku Namulondo Ennene Enjeru, abo abaalina ebirowoozo by'omu mutima ebibi, era ng'okufumiitiriza kw'ebirowoozo byabwe kubi kwereere era n'abaagaana okukkiriza Yesu Kristo, wadde okukkiririza mu Katonda, bajja kubonaabona olubeerera mu Ggeyeena.

Kale bwe tubeera nga twagala okwewala omusango gwa Katonda, nga bwe kyawandiikibwa mu Baruumi 12:2, tetulina kwekkiriranya na nsi ejjudde obulyake n'ekibi. Tulina okuzza emitima gyaffe obuggya era tukyusibwe tusobole okutegeera okwagala kwa Katonda okulungi era okutuukiridde bwe kuli, era tutambule bwe tutyo. Nga Pawulo bwe yayatula "Nfa bulijjo," tulina okugondera Kristo era tutambulire mu Kigambo kya Katonda. Mu ngeri eno, emyoyo gyaffe gijja kubeera bulungi, tusobole okubeera n'ebirowoozo ebirungi, era tutambulire mu bulungi. Olwo nno, tunaabeera bulungi mu mbeera zonna ez'obulamu era tujja kubeera balamu, era ekinaavaamu tujja kweyagalira mu bulamu obw'olubeerera mu Ggulu.

Essuula 13

Towakanya Kwagala Kwe

"Awo Koola, mutabani wa Izukali, mutabani wa kokasi, mutabani wa Leevi, ne dasani ne Abiraamu, batabani ba Eriyaabu, ne Ono, mutabani wa Peresi, batabani ba Lawubeeni, ne batwala abantu, ne bagolokoka mu maaso ga Musa, wamu n'abalala ab'oku baana ba Isiraeri, abakulu b'ekibiina bibiri mu ataano, abaayitibwa mu kkung'aniro, abasajja abaayatiikirira, ne beekung'aanyiza ku Musa ne ku Alooni ne babagamba nti, "Muyinga okwekuza kubanga ekibiina kyonna kitukuvu, buli muntu kubo, era MUKAMA ali mu bo. Kale mwegulumiriza ki okusinga ekibiina kya MUKAMA?"
(Okubala 16:1-3)

"Awo olwatuuka, bwe yali ng'agenda okumala okwogera ebigambo ebyo byonna, ettaka ne lyatika eryali wansi waabwe. Ensi n'eyasama akamwa kayo, n'ebamira, n'ennyumba zaabwe, n'abantu bonna aba Koola, n'ebintu byabwe byonna. Bwe batyo bo n'ebyabwe byonna ne bakka nga balamu mu bunnya, ensi n'ebasaanikira, ne bazikirira mu kibiina ..."
(Okubala 16:31-35)

Bwe tugondera Ekigambo, ne tukuuma amateeka Ge, era ne tutambulira mu makubo amatuukirivu, tufuna emikisa bwe tuyingira ne bwe tufuluma. Tufuna emikisa mu mbeera zonna ez'obulamu bwaffe. So nga, bwe tutagonda era ne tuwakanya okwagala kwa Katonda, olwo nno omusango gukka ku ffe. Kale tulina okufuuka abaana ba Katonda abatuufu abamwagala, abagondera okwagala Kwe n'omutima gwaffe gwonna, era nga tutambulira mu mateeka Ge.

Omusango gujja bwe tuwakanya okwagala kwa Katonda

Lumu waaliyo omusajja eyalina ebigendererwa ebirungi. Ye n'abamu ku mikwano gye ne bakola pulaani okubeera nga baleetawo enkyukakyuka ey'omuggundu mu ggwanga lyabwe. Olunaku olwo bwe lwagenda lusembera, okuyaayaana kwabwe eri pulaani yaabwe ne kwongera okukula. Kyokka enkwe okuva eri omu ku mikwano gye zaaviirako pulaani yonna okugwa obutaka. Nga kibeera kya nnaku ensobi y'omuntu omu bweremesa pulaani eyinza okuyamba abantu abangi!

Omusajja omwavu n'omukazi baafumbiriganwa. Okumala emyaka mingi, ababiri bano beerekereza nga bwe kisoboka okubeera nga babeerako sente ze batereka. Era ekyavaamu kwe kugula ettaka era ne batandika n'okubeera mu bulamu obulungi. Amangu awo, omwami n'atandika okwemanyiiza okuzannya zaala, n'okunywa omwenge, era ekyavaamu ebintu byabwe byonna bye baali bafubye okukola n'abikubamu zzaala. Olowooza mukyala we kino kyamuluma kyenkana ki?

Mu bantu abali awamu, tusobola okulaba obutabanguko obubaawo wakati waabwe olw'okuba omu yeeyisa mu ngeri ekontana n'okwagala kw'omulala. Ate olwo kiki ekiyinza okubaawo omuntu bwasalawo okuwakanya okwagala kwa Katonda, Oyo Omutonza w'ensi yonna n'eggulu? Bw'osoma ekitabo ky'Okubala 16:1-3, tulaba ekyatuuka ku Koola, Dasani n'abalala abawera 250 omuli n'abakulembeze ab'amanya bwe baakung'ana nga bawakanya okwagala kwa Katonda. Musa ye yali omukulembeze, Katonda gwe yali abalondedde. Wamu ne Musa, abaana ba Isiraeri baali balina okufuuka omuntu omu era nga balowooza kimu, okusobola okuyita mu mbeera enzibu ey'obulamu bw'omu ddungu, basobole okuyingira ensi ensuubize ey'e Kanani. Kyokka sib we kyali era ne wabaawo ekye nnaku ekyagwaawo.

Era ekyavaamu, Koola, Dasani wamu n'abalala bonna n'ab'omu maka gaabwe, ettaka lyabamira nga balamu bwe lyayasama ne bamira. N'abakulembeze b'ekibiina 250 n'abo baazikirizibwa omuliro gwa MUKAMA. Lwaki kino kyatuukawo? Okuwakanya omukulembeze Katonda gwataddewo kye kimu n'okuwakanya Katonda.

Ne mu bulamu bwaffe obwa bulijjo, ebintu mwetuwakanyiza Katonda bituukawo nnyo. Omwoyo Omutukuvu ne bwatulumiriza mu mutima tugenda bugenzi mumaaso n'abyo kasita okwagala Kwe kubeera nga tekuggya mu birowoozo byaffe n'okuyaayaana. Gye tukoma okugoberera ebirowoozo byaffe so si ebibye, gye tukoma okuwakanya okwagala kwa Katonda. Bwe wanaayitawo ekiseera tetujja na kusobola kuwulira ddoboozi lya Mwoyo Mutukuvu. Kubanga tutambulira mu kwagala kwaffe, bwe tutyo tusisinkane obuzibu n'emitawaana.

Abantu abaawakanya okwagala kwa Katonda

Mu Kubala essuula 12, tulaba muganda wa Musa, Alooni, ne mwannyina, Miriamu, nga boogera bubi ku Musa olw'okuba yali awasizza omukazi Omukuusi. Baamuwalalira nga boogera nti, "Mazima MUKAMA yayogera ne Musa yekka? Era teyayogera naffe?" (olu. 2) Amangu ago, obusunga bwa Katonda ne bubagwiira Alooni ne Miriam, ne bafunirawo ebigenge.

Katonda n'alyoka abanenya bombi, ng'agamba nti: "Oba nga munaabanga mummwe nabbi, nze MUKAMA, neetegeezanga gy'ali mu kwolesebwa, nnayogerereranga naye mu kirooto. Omuddu wange Musa si bw'ali bw'atyo; oyo mwesigwa mu nnyumba Yange yonna, oyo naayogeranga naye akamwa n'akamwa, mu lwatu, so si mu bigambo bya ngero, n'okufaanana kwa MUKAMA anaakulabanga, kale ekyabalobera ki okutya okwogera obubi ku muddu wange, ku Musa?" (Ennyi. 6-8).

Kati katulabe kye kitegeeza okuwakanya okwagala kwa Katonda, nga tulabira ku by'okulabirako bya Bayibuli.

1) Abaisiraeri baasinzanga ebifaananyi

Mu kiseera ng'abaana ba Isiraeri bava mu Misiri bagenda e Kanani, abaana ba Isiraeri beerabirako n'agaabwe ebibonoobono ekkumi ebyagwa ku Misiri ne Nnyanja Emyufu ng'eyawulwamu mu maaso gaabwe. Baalaba ebika by'obubonera n'ebyewuunyo bingi nga ddala baalina okumanya nti Katonda mulamu. Kyokka baakola ki, Musa bwe yali ali waggulu ku lusozi ng'ali mukusiiba okwamala ennaku 40 alyoke afune Amateeka Ekkumi okuva eri Katonda? Beekolera ennyana eya zzaabu ne bagisinza. Katonda yayawulako abaana ba Isiraeri ng'abantu Be abalonde, era n'abakuutira obutasinzanga bifaananyi. Kyokka baawakanya okwagala kwa Katonda era abantu nga enkumi ssatu ku bo baafa olw'ebyo ebyava mu ekyo kye baakola (Okuva essuula 32).

Ne mu 1 Byomumirembe 5:25-26, kyawandiikibwa nti, "Ne basobya Katonda wa bajjajjaabwe, ne bagenda nga benda okugoberera bakatonda b'amawanga ag'omu nsi, Katonda be yazikiririza mu maaso gaabwe. Awo Katonda wa Isiraeri n'akubiriza omwoyo gwa Puli kabaka w'e Bwasuli n'omwoyo gwa Tirugasupiruneseri kabaka w'e Bwasuli, n'abatwala n'abaggyayo, abalewubeeni n'Abagaadi n'ekitundu ky'ekika kya Manase n'abaleeta e Kala ne Kaboli, ne Kaala n'eri omugga Gozani. ne leero" Olw'okuba Abaisiraeri baakola obwenzi, nga basinza bakatonda b'ensi y'e Kanani, Katonda yakwata ku mutima gwa kabaka w'e Bwasuli okulumba Isiraeri era n'atwala bangi ku bo ng'abawambe. Ekikolwa ky'Abaisiraeri eri Katonda kye kyaviirako ekibonoobono kino.

Ensonga lwaki obwakabaka bwa Isiraeri obw'omu mambuka bwazikirizibwa Abasuli n'obwakabaka obw'omu maserengeta obwa Yuda ne buzikirizibwa obwakabaka bwa Babbirooni, lwakuba baasinzanga bakatonda abalala.

Bwe twogerera mu nnaku zino, kubeera nga kusinza bakatonda abalala abakoleddwa mu zaabu, ffeeza, ebikomo, n'ebirala bingi. Kiba kye kimu n'abantu abassa omutwe gw'embizi ogufumbiddwa ku mmeeza ne bavuunamira emyoyo gy'abafu baabwe. Kino nga kiswaza okutunuulira, kibeera nga bw'olaba omuntu asingayo mu bitonde byonna, ate okudda ku mbizi efudde ne bagisaba emikisa!

Mu Kuva 20:4-5 Katonda awa etteeka ng'agamba nti, "Teweekoleranga ekifaananyi ekyole, newakubadde ekifaananyi kye kintu kyonna, ekiri waggulu mu ggulu, newakubadde ekiri wansi ku ttaka, newakubadde ekiri mu mazzi agali wansi w'ettaka. Tobivuunamiranga ebyo, so tobiweerezanga."

Era n'amenya na bulungi nnyo ekikolimo ekigwiira abantu abakutte etteeka lino mu ngeri ey'okusaaga era ne bataligondera. Era n'ayogera n'emikisa gye bayinza okufuna singa bakuuma etteeka lino mu mitima gyabwe era ne balitambuliramu. Yagamba nti, "Nze MUKAMA Katonda wo ndi Katonda wa buggya, abiwalana ku baana ebibi bya bajjajja baabwe okutuusa ku mirembe egy'oku bannakasatwe ne ku bannakana, egy'abantu abankyawa, era addiramu abantu nga nkumi na nkumi abanjagala ,abakwata amateeka gange."

Yensonga lwaki bwe tutunulatunula, tusobola okulaba nti amaka abalina ebyafaayo by'okusamira bafuna buli kika kya buzibu n'okubonaabona. Olunaku lumu, waliwo memba w'ekkanisa eyali avuunamye mu maaso g'ekifaananyi eyali ayita mu mbeera enzibu. Omumwa gwe ogwali omulamu gwakyama bubi nnyo n'abeera nga tasobola kwogera bulungi. Bwe n'amubuuza kye yali abadde, n'agamba nti yali agenze okukyalako ewaabwe mu luwummula era olw'okuba yalemererwa okubasinza amaanyi, bo ne bamukaka okuvunnama mu maaso ga ssaddaaka gye baali bagenda okuwaayo eri bajjajjaabwe abaafa, n'akkiriza era n'avunnama. Olunaku olwaddako, omumwa ggwe gwali gukyamiddeko oludda lumu. Ekirungi yeenenyeza ddala mu maaso ga Katonda era n'asabirwa. Omumwa gwe ne guwonyezebwa era n'addawo n'atereera. Katonda yamukulembera eri ekkubo ery'obulokozi ng'amuwa essomo okumulaga nti okusinza bakatonda abalala obeera okutte kkubo lyakuzikirira

2) Falaawo eyagaana Abaisiraeri okugenda

Mu Kuva essuula 7-12, abaana ba Isiraeri, abaali abaddu mu Misiri, baagezaako okufuluma Misiri wansi w'obukulembeza bwa Musa. Kyokka Falaawo n'agaana okubata okugenda, era olw'ensonga eno ebibonoobono ebibi ennyo byagwiira Falaawo ne Misiri yonna. Engeri Katonda Omutonzi gyali omutandisi w'obulamu era alina obuyinza ku kufa, tewali asobola kuwakanya kwagala Kwe. Okwagala kwa Katonda eri abaana ba Isirarei okuva mu Misiri. Naye Falaawo ng'omutima gwali gukakanyaziddwa, yayagala okulemesa okwagala kwa Katonda.

N'olwekyo, Katonda kwe kuleeta ku Misiri ebibonoobono ekkumi. Mu kiseera ekyo eggwanga lyonna lyatandika okwabulukuka. Era ekyavaamu, Falaawo n'aganya abaana ba Isiraeri okugenda, kyokka era yasigala akyalina obukakanyavu mu mutima gwe. Bwatyo ne yeekyusa era n'atuma eggye lye okubawondera, okutuuka ne mu nnyanja emyufu eyali eyawuddwamu ebiri. Gye byaggwera, ng'eggye lyonna erya Misiri eryali liwondera Abaisiraeri ligudde mu Nnyanja Emyufu. Falaawo yawakanya okwagala kwa Katonda okutuuka ku nkomerero, bwe gutyo omusango ne gukka ku ye. Engeri Katonda gye yamulaga emirundi emingi nti Ye Katonda omulamu, Falaawo yandibadde ategeera nti Katonda ye Katonda yekka era Katonda ow'amazima. Yandibadde agondera okwagala Kwe. Ne mu magezi ag'obuntu, okuleka Abaisiraeri okugenda kye kyali ekintu ekituufu eky'okukola.

Eggwanga erimu, okutwala eggwanga eddala nti baddu baabwe kyali kikyamu. So nga, Misiri yasobola okuwona enjala ey'amaanyi lwa Yusufu, omwana wa Yakobo. Wadde emyaka gyali giyiseewo, gaali mazima agaali tagasobola kuva mu byafaayo era Misiri kino bandikijjukiddenga kubanga eggwanga lyabwe lyalokolebwa. Kyokka mu kifo ky'okusasula Isiraeri olw'ekisa kye baafuna, Misiri yabongeza mirimu n'okubayisa ng'abaddu. Ddala obwo nga bwali bubi! Falaawo, eyalina amaanyi agenkomeredde, yali omusajja ow'amalala ate nga yeeyagaliza nnyo. Yensonga lwaki yawakanya Katonda okutuuka ku nkomerero, bwatyo ne yeefunira ekibonerezo ekisembayo.

Eriyo abantu ab'ekika kino mu bitundu byaffe eyo gye tubeera, era Bayibuli erabula nti omusango gubalindiridde. Okuzikirira kulindiridde abo abagaana okukkiririza mu Katonda olw'amagezi gaabwe bo, n'amalala n'abo abasirusiru ababuuza nti, "Katonda ali wa?"

Wadde boogera nti bakkiririza mu Katonda, bwe batafaayo eri ebiragiro bya Katonda olw'empaka, bwe babeera n'obusunga saako obukyayi n'abalala, oba bwe babeera bakulembeze mu kkanisa era nga bagamba nti bakoleredde nnyo obwakabaka bwa Katonda, kyokka nga olw'obuggya bwabwe n'okweyagaliza banyiizi abo ababali okumpi, babeera tebaawukana na Falaawo.

Wadde nga tukimanyi nti okwagala kwa Katonda gye tuli kwe kubeera nga tutambulira mu Musana, bwe tugenda mu maaso n'okutambulira mu kizikiza, olwo nno tujja kuyita mu kubonaabona kwe kumu ng'abatali bakkiriza bye bayitamu. Kino kiri bwe kityo lwakuba, Katonda talekaayo kulabula bantu entakera, naye tebawuliriza nga bwe bawakanya okwagala kwa Katonda nga bwe bakutte eridda mu nsi.

So nga, omuntu bwatambulira mu butuukirivu, omutima gwe gufuuka muyonjo, era olw'okuba omutima gwe gutandika okutunuulira omutima gwa Katonda, omulabe setaani avaawo. Ne bw'abeera n'endwadde enkambwe etya, kabeere n'obuzibu oba okugezesebwa okwenkana wa, bwagenda mu maaso n'okutambulira mu butuukirivu mu maaso ga Katonda, ajja kubeera w'amaanyi era abeere mulamu,era okugezesebwa kwonna n'okubonaabona bijja kuggwaawo. Ennyumba bw'ebeera eddugala, ebiyenje, emmese, na buli kika kya kiwuka bijja ne bizannyira mu nnyumba. Naye ennyumba bweyonjebwa, ne mukubibwamu n'eddagala, eddagala terisobola kubirekayo, bwe bityo bigenda byokka. Na kino bwe kifaanana.

Katonda bwe yakolimira omusota ogwakema omuntu, Yagamba nti gujja 'kutambuzanga lubuto, n'okulya enfuufu ennaku zonna ez'obulamu bwagwo' (Olubereberye 3:14). Kino tekitegeeza nti omusota gujja kulyanga nfuufu ya nsi. Amakulu ag'omwoyo aga kino kwe kubeera nti Katonda ategeeza omulabe setaani—eyayingira mu musota—nti ajja kulyanga mubiri gwa muntu, eyakolebwa mu nfuufu. Mu mwoyo, "omubiri" kye kintu ekikyukakyuka era ekivunda. Kiyimirirawo okutegeeza agatali mazima nga lye kkubo erigenda eri okufa.

N'olwekyo, omulabe setaani aleeta okukemebwa, okubonaabona, n'emitawaana eri abantu ab'omubiri ab'onoona wakati mu gatali mazima, era ekivaamu n'abatwala eri ekkubo ery'okufa. Kyokka wadde guli gutyo, omulabe tasobola kusemberera bantu batukuvu abatalina bibi era abatambulira mu Kigambo kya Katonda. N'olwekyo, bwe tutambulira mu butuukirivu, olwo endwadde, ebigezo, n'okubonaabona bijja kutudduka byokka.

Mu Yoswa essuula 2, mulimu omuntu, ye okwawukana ku Falaawo, yali munnagwanga kyokka yayamba mu kutuukiriza okwagala kwa Katonda era n'afuna emikisa olw'ekyo. Omuntu ono yali mukazi ng'erinnya lye ye Lakabu eyabeeranga e Yeriko mu kiseera abaana ba Isiraeri we baaviira e Misiri okuyingira ensi ensuubize. Nga bamaze okuva mu Misiri n'okutambula mu ddungu okumala emyaka 40, Abaisiraeri baali bakasala Omugga Yoludaani. Baali balina we bagumbye era nga beetegefu okulumba Yeriko essaawa yonna.

Lakabu teyali mu Isiraeri naye yali yabawulirako. N'amanya nti MUKAMA Katonda, eyali afuga ensi yonna, yali wamu n'abaana ba Isiraeri. Era yamanya nti Katonda ono si ye katonda amala gatta oba okutta awatali kusaasira awatali nsonga. Olw'okuba Lakabu yamanya MUKAMA Katonda nti yali Katonda omwenkanya, n'akuuma Abaisiraeri abaali bazze okuketta ng'abakweka. Olw'okuba Lakabu yamanya okwagala kwa Katonda era n'ayambako mu kutuukiriza okwagala okwo, ye n'ab'omu maka ge baawonyezebwa, Yeriko bwe yazikirizibwa. Naffe twetaaga okuteeka mu nkola okwagala kwa Katonda okusobola okutambulira mu bulamu obw'omwoyo nga tusobola okufuna eky'okuddamu eri ebizibu eby'enjawulo n'okufuna okuddibwamu eri okusaba kwaffe.

3) Eri kabona ne batabani be bava ku nkola ya Katonda

Mu 1 Samwiri essuula 2, tulaba batabani ba Eri Kabona abaali abajeemu, nga bakwata ku mmere eyawuliddwako okuweebwa Katonda, era nga beebaka n'abawala abaaweerezanga ku mulyango gwa Weema y'Okusisinkaniramu. Kyokka, kitaabwe, Eri Kabona, yabanenya bunenya na bigambo, era talina kye yakolawo okulaba nti balekerawo emize gye baakolanga.

Gye byaggwera, abaana be battibwa mu lutalo lwe baalimu n'Abafirisuuti, ne Eri Kabona n'amenya ensingo ye era n'afiirawo bwe yagwa okuva ku ntebe kwe yali atudde, bwe yawulira amawulira g'okufa kw'abatabani be. Eri yafa mu ngeri eno olw'ekibi kye eky'obutasomesa baana be bulungi.

Kino kituukira ne ku ffe olwaleero. Bw'olaba abantu abakuli okumpi abakola obwenzi mu mubiri, oba abava kunkola ya Katonda, kyokka n'owambaatira bawambaatire awatali kubasomesa bulungi ekituufu n'ekikyamu, olwo nno obeera toyawukana na Kabona Eri. Wano, tulina okwetunulamu, tunoonye oba nga tulinga Eri ne batabani be mu ngeri emu oba endala.

Kino kizingiramu n'okukozesa ensimbi ze kimu eky'ekkumi n'okwebaza ezibadde eza Katonda n'ozikozesa mu bibyo. Bwe tutawaayo kimu kya kkumi kiramba n'ebiweebwayo, obeera ng'abbye Katonda, n'olwekyo ekikolimo kijja kugwa ku b'omu maka gaffe, oba ku ggwanga (Malaki 3:8-9). Era, buli ekyayawuliddwako okubeera nga kiweebwayo eri Katonda tekirina kuwanyisibwamu kintu kirala. Bw'oba nga wasazeewo dda mu mutima gwo nti, ngenda kuwaayo ekiweebwayo bwe kiti olina okukituukiriza. Era bw'oba oyagala okukikyusaamu n'ekintu ekisingako, olina okuwaayo byombi ekyasoose n'ekizzeeko.

Era si kituufu omukulu wa sseero oba omuwanika w'ekibiina mu kkanisa okukozesa ensimbi ezikung'anyiziddwa ba memba nga ye bwalabye. Okukozesa ensimbi z'ekkanisa mu kintu ekirala nga si ze kyabadde kigendereddwamu, oba okukozesa ensimbi ezaayawulibwako okubaako kye zituukiriza, ate n'eziteekebwa mu kintu ekirala, byonna bigwa mu ttuluba eryo 'ery'okubba Katonda'. Era, okweyambisa ku sente z'omu gwanika lya Katonda obeera nga Yuda Isukalyoti. Omuntu yenna bw'abba sente za Katonda abeera akoze ekibi ng'eky'abatabani ba Eri, era tajja kusonyiyibwa. Omuntu bw'aba yakola ekibi kino nga tamanyi nti kyali kibi, alina okwenenyeza ddala, era talina kuddamu kukola kibi nga kino nate. Abantu bakolimirwa olw'ebibi ng'ebyo. Ne bagwa ku bubenje n'obulwadde ne bujja mu bulamu bwabwe, era okukkiriza tekuyinza kubaweebwa.

4) Abavubuka abaayeeya Erisa n'embeera ezeefanaanyirizaako

Erisa yali muweereza wa Katonda ow'amaanyi eyawuliziganyanga Naye era nga Yamukkiriza. Naye mu 2 Bassekabaka essuula 2, waliwo wetulabira ekibinja ky'abavubuka abaavaayo, ne batandika okugoberera Erisa nga bwe bamujereegerera. Baali babi nnyo nti baamugoberera nga bwe bamuleekaanira okuviira ddala mu kibuga munda ne bagenda naye n'ebweru w'ekibuga nga bakyamuleekaanira, nga bwe baleekaana nti, "Yambuka ggwe ow'ekiwalaata; yambuka ggwe ow'ekiwalaata!" Ekyavaamu, Erisa ne kimuyitirirako, era n'abakolimira mu linnya lya MUKAMA, era eddubu bbiri enkazi ne ziva mu kibira ne zitaagula abaana amakumi ana mu babiri ku bo. Engeri Bayibuli gye tubuulirako nti abaana 42 bokka be baafa, tusobola okukiraba nti ekibinja ky'abaana abaali basumbuwa Erisa kyali kisingirawo ddala obunene.

Ebikolimo, oba emikisa ebiva eri omuweereza wa Katonda gwe yakkiriza bituukirira nga bwabyogeredde ddala. Naddala bw'omusekerera, bw'omuwaayiriza, bw'omukolako olugambo, kubeera nga kuwaayiriza na kusekerera Katonda. N'olwekyo kyenkanankana n'okuwakanya okwagala kwa Katonda.

Era kiki ekyatuuka ku Bayudaaya abaakomerera Yesu ku musalaba era ne baleekaanira waggulu nti omusaayi Gwe gubeera ku bo ne ku baana baabwe? Mu kyasa eky'ensanvu nga Kristo amaze okujja ku nsi, Yerusaalemi yazikirizibwa yonna eggye ly'Abaruumi nga likulembeddwamu omukulu waalyo Tito. Omuwendo gw'Abayudaaya abattibwa kw'olwo baali akakadde kamu mw'emitwalo kkumi. Oluvannyuma lw'ekyo, Abayudaaya baatandika okubundabunda mu nsi yonna, era ne bayisibwamu amaaso n'okujolongebwa saako okuyigganyizibwa mu ngeri zonna. Kati, ate abalala obukadde mukaaga be battibwa Nazisi. Kale ndowooza olaba nti okuwakanya okwagala kwa Katonda ebikuvaamu tebibeera birungi nakamu.

Omuweereza wa Erisa, Gekazi, naye yali mu mbeera y'emu. Ng'omuyigirizwa wa Eriya, eyafuna okuddibwamu kw'omuliro, Erisa yafuna omukisa ogukubisaamu ogw'omusomesa we Eriya emirundi ebiri. Kale okusobola okuweereza wansi w'omuntu nga Erisa, gwali mukisa gw'amaanyi. Gekazi yennyini yeerabira ne ku bubonero bungi Erisa bwe yakola. Singa yali agondedde ebigambo bya Erisa n'akwata ne bye yamusomesanga, naye, oba olyawo yandifunye amaanyi mangi n'emikisa. Eky'ennaku, Gekazi kino teyasobola kukikola.

Waaliwo ekiseera, olw'amaanyi ga Katonda, Erisa bwe yawonya omukulu w'eggye lya Kabaka w'e Busuuli, Naamani, eyali abonaabona n'ebigenge. Naamani yakwatibwako nnyo, n'ayagala okubaako bwe yeebaza Erisa n'ekirabo eky'amaanyi. Kyokka, Erisa yagaana ekirabo kyonna. Yakikola bwatyo kubanga obutakkiriza kirabo kyonna kye kyali kisinga okuweesa Katonda ekitiibwa.

Naye olw'okuba teyategeera kwagala kwa mukama we, era ng'atwaliriziddwa ebintu ebikwatikako, Gekazi yagoberera omukulu w'eggye Naamani, n'amulimba, era n'amufunako ebirabo. Ebirabo yabireeta n'abikweka. Erisa yali yakitegedde dda, bwatyo n'awa Gekazi omukisa ogw'okwenenya, naye ne yeegaana era teyeenenya. Ekyavaamu, Ebigenge bya Naamani ne bidda ku Gekazi. Ate nga kwali kuwakanya buwakanya kwagala kwa Erisa, naye kwali nga okuwakanya okwagala kwa Katonda.

5) Okulimba Omwoyo Omutukuvu

Mu Bikolwa essuula 5, waliwo ekyabaawo, abafumbo Ananiya

ne Safira bwe baalimba Peetero. Nga abamu ku ba memba b'ekkanisa eyasooka, baasalawo era ne beeyama okutunda ebyabwe era ensimbi ezivuddemu baziweeyo eri Katonda. Kyokka bwe baakwata ku sente mu ngalo zaabwe, okweyagaliza ne kubayinga. Bwe batyo ne bawaayo kitundu ku sente era ne balimba, nga bagamba nti sente zonna baali baziwaddeyo. Abafumbo bombi baafa olw'ekikolwa ekyo. Kino kiri bwe kityo lwakuba tebaalimba bulimbi muntu, wabula baalimba eri Katonda n'Omwoyo Omutukuvu. Baagezesa Omwoyo wa Mukama.

Tugabanye eby'okulabirako ebiwera, naye okwongereza ku byo, waliwo ebyo ebyaggwaawo bingi abantu webaawakanyiza okwagala kwa Katonda. Amateeka ga Katonda tegaliiwo kutubonereza naye wegali okutusobozesa okutegeera ekibi kye ki, nga twesigama ku maanyi ga Yesu Kristo okusobola okukiwangula, era tumalirize nga gatulung'amizza eri emikisa gya Katonda. Kale katwetunulemu mu bikolwa byaffe okulaba oba ekimu ku byo oba byonna bikontana n'okwagala kwa Katonda, era bwe wabaawo ekikontana, tulina okukyukira ddala era tutambulire mu kwagala kwa Katonda kwokka mu bujjuvu.

Amakulu

Ekikoomi ne Essubi

'Ekikoomi' kitegeeza ekisenge omuva omuliro ogubugumya ebizimbe, ogwokya kasasiro, okusaanuula ebyuma, n'ebiringa ebyo. Mu Bayibuli, ekigambo 'ekikoomi ky'omuliro' kikozesebwa okutegeeza omusango gwa Katonda omuli okubonaabona, omusango, Ggeyeena, n'ebirala. Mikwano gya Danyeri essatu, Ssadulaka, Misaaki ne Abeduneego baagaana okuvuunamira ekifaananyi kya Nebukaduneeza kye yali ataddewo, bwe batyo baasuulibwa mu muliro. Kyokka, n'obukuumi bwa Katonda, baavaamu balamu nga tebakoseddwa wadde akatono (Danyeri essuula 3).

'Essubi' gubeera muddo, ogukozesebwa mu kwalirira ebisolo we bisula, ng'emmere y'ebisolo, oba okusereka, so ngera likozesebwa mu kuluka ebintu ng'ebibbo. Mu Bayibuli, 'essubi' kabonero akategeeza ekintu ekitali kya mugaso nnyo.

Okwemanya kye ki?

Okwemanya kwe kulowooza nti mu balala bonna gwe abasinga. N'onyoomoola abantu abalala, n'okulowooza nti 'Abo bonna bali wansi wange'. Emu ku mbeera amalala ag'ekika kino mwe gatera okuviirayo mu muntu, ye muntu okulowooza nti ayagalibwa era asiimibwa nnyini kitongole oba ekibiina omuntu oyo kyabeeramu. Katonda olumu akozesa engeri ey'okusasula akasiimo omuntu asobole okuzuula oba nga ddala talina embala eno ey'okwemanya.

Emu ku ngeri ekyasinze ey'amalala kwe kukolokota abalala n'okubasalira emisango. Tulina okubeera abeegendereza obutabeera na malala ga mwoyo agatuleetera okukolokota abalala nga tukozesa Ekigambo kya Katonda, so nga kino kirina kukozesebwa omuntu asobole okwekubamu ttooki. Amalala ag'omwoyo kika ky'obubi ekizibu ennyo, kubanga si mangu ga kuzuula; n'olwekyo tulina okwegendereza ennyo obutabeera n'amalala ag'omwoyo.

Essuula 14

"Bwatyo bw'ayogera MUKAMA Ow'eggye ..."

"'Kubanga laba,olunaku lujja, lwokya ng'ekikoomi; n'ab'amalala bonna n'abo bonna abakola obubi baliba bisasiro, awo olunaku olujja lulibookera ddala, bw'ayogera MUKAMA w'eggye, obutabalekerawo kikolo newakubadde ettabi. Naye mmwe abatya erinnya Lyange enjuba ey'obutuukirivu eribaviirayo ng'erina okuwonya mu biwaawaatiro byayo. Kal e mulifuluma ne muligita ng'ennyana ez'omu kisibo. Era mulirinnyirira ababi; kubanga baliba vvu wansi w'ebigere bya mmwe, ku lunaku lwe ndikolerako bw'ayogera MUKAMA w'eggye."
(Malaki 4:1-3)

Katonda atunuulira buli kikolwa n'asala omusango ogw'ensonga; n'ebyo byonna ebyakwekebwa, oba birungi oba bibi (Omubuulizi 12:14). Kino tusobola okukikakasa bwe tutunuulira ebyafaayo by'omuntu. Omuntu eyeemanyi nga yeenoonyeza bibye. Anyooma abalala era ne yeekumako obubi ng'anoonya obugagga obungi. Wabula, okuzikirira kumulindiridde ku nkomerero. So nga, omuntu omuwombeefu atya Katonda ayinza okulabika ng'omusirusiru oba n'alabika ng'ali mu buzibu mu ntandikwa, kyokka n'afuna emikisa emingi n'ekitiibwa okuva eri abantu bonna ku nkomerero.

Katonda alekawo ab'amalala

Tunuulira abakazi ababiri mu Bayibuli, Vasuti ne Eseza. Kadulubaale Vasuti ye mukyala wa Kabaka Akaswero, kabaka w'obwakabaka bwa Buperusi.

Lumu, Kabaka Akaswero n'ategekera abantu embaga era n'ayita Nnabakyala Vasuti okujja amulage eri abantu. Kyokka, olw'okwemanya kwa Vasuti olw'ekifo kye yalimu n'obulungi bwe, n'agaana okuvaayo. Kabaka n'anyiiga nnyo, era n'amugya ku bwa Nnabakyala. Naye nga kyali kitya ku Eseza, eyaddawo mu kifo kya Nnabakyala nga Vasuti amaze okuvaawo?

Eseza, eyalinnya ku kifo eky'obwa Nnabakyala, yali Muyudaaya eyawambibwa n'aleetebwa mu Babbulooni mu kiseera kya Kabaka Nebukadduneeza. Eseza teyakoma ku bulungi bwokka, wabula yali muwombeefu ate nga mugezi. Lumu abantu be baalina obuzibu bwe baali bayitamu olw'omusajja Omumaleki ayitibwa Kamani. Bwatyo, Eseza n'amala ennaku ssatu ng'asaba n'okusiiba, n'okumalirira nti oba afa k'afe, ne yeerongoosa, n'ayambala engoye ze ez'obwannabakyala era n'ayimirira mu bwetowaze mu maaso ga Kabaka. Olw'okuba yeeyisa mu ngeri ey'obwetoowaze bwetyo mu maaso ga Kabaka n'abantu abalala bonna, teyafuna kwagala kwa Kabaka n'obwesige byokka, wabula yasobola n'okutuukiriza obuvunaanyizibwa obw'amaanyi obw'okulokola abantu be.

Nga bwe kyawandiikibwa mu Yakobo 4:6 nti, "Katonda alwana n'ab'amalala, naye abawombeefu abawa ekisa," tetulina kufuukanga b'amalala Katonda n'atuuka n'okutusuula ebbali. Era nga bwe kyawandiikibwa mu Malaki 4:1, N'abo bonna abakola obubi baliba bisasiro" Kasita omuntu akozesa amagezi ge, okumanya, n'obuyinza ku lw'ekintu ekirungi oba ekibi, ebivaamu byawukanira ddala. Ekyokulabirako ekirungi ekya kino kiri ku Dawudi ne Sawulo.

Dawudi bwe yafuuka kabaka, ebirowoozo bye ebyasooka byali ku Katonda, era ng'agoberera okwagala Kwe. Dawudi Katonda yamuwa omukisa kubanga yasabanga mu maaso ge n'obuwombeefu, ng'anoonya amagezi ku ngeri y'okufuulamu eggwanga ery'amaanyi n'okuleetawo emirembe eri abantu.

Sawulo ye, yawambibwa okweyagaliza era nga yeerariikirira nnyo eky'okufiirwa entebe ye nga kabaka, kale ebiseera bye ebisinga yabimalira ku kugezaako okutta Dawudi, eyali ayagalibwa Katonda n'abantu be. Olw'okuba yalina amalala, teyawulirizanga kuwabulwa kwa nnabbi. Era ekyavaamu, Katonda yamulekawo, bwatyo n'afa enfa embi wakati mu lutalo.

Kale nga bwotegedde obulungi engeri MUKAMA Katonda gyasaliramu ab'amalala omusango, tulina okweggirako ddala amalala. Bwe tweggako amalala era ne twewombeeka, Katonda atusanyukira era n'akkiriza okusaba kwaffe. Engero 16:5 wagamba, "Buli muntu alina omutima ogw'amalala wa muzizo eri MUKAMA. Omukono newakubadde nga gwegatta n'omukono, taliwona kubonerezebwa". Katonda akyawa omutima ogw'amalala okutuuka ku ssa nti n'oyo yenna eyeekutte n'ow'amalala ajja kubonerezebwa wamu naye. Abantu ababi batera okutambulira awamu, so nga n'abalungi batera okubeera awamu. N'okwekwata awamu kuno, kuva mu malala.

Amalala ga kabaka Keezeekiya

Katwongere okwekennenya engeri Katonda gyakyawamu

amalala. Mu bakabaka ba Isiraeri, mulimu bangi abaatandika obufuzi bwabwe bulungi nga bagala Katonda n'okugondera okwagala Kwe, kyokka bwe wagenda wayitawo ekiseera ne batandika okufuuka ab'amalala, ne bawakanya okwagala kwa Katonda, era ne bamugyemera. Omu ku bakabaka ab'ekika kino ye Kabaka Keezekiya, kabaka ow'e 13 mu bwakabaka bw'omu maserengeta ga Yuda.

Kabaka Keezekiya, eyadda mu bigere bya kitaawe, Akazi, yayagalibwa nnyo Katonda kubanga yali w'amazima, nga Dawudi bwe yali. Yagyawo ebyoto ebigwira n'ebifo ebigulumivu, era n'amenya empagi abantu ze beeyuniranga ennyo. Eggwanga lyonna yaliggyamu bakatonda abalala Katonda bakyawa, gamba nga empagi za Asusera ze yasuula wansi (2 Ebyomumirembe 29:3-30:27).

Kyokka eggwanga bwe lyatandika okusisinkana obuzibu mu by'obufuzi olw'ensobi eza Kabaka eyaliko eyali yeeyisa obubi era mu ngeri etali yabutuukirivu, mu kifo ky'okwesigama n'okwesiga Katonda, Kabaka Keezekiya n'akola endagaano n'ab'amawanga agabalinaanye nga Misiri, Abafirisuuti, Sidoni, Mowaabo, ne Ammoni. Isaaya n'anenya Kabaka Keezekiya emirundi egiwera gye yakoleramu ensobi ezitaliimu era n'awakanya okwagala kwa MUKAMA.

Olw'okujjula amalala, Kabaka Keezekiya teyawuliriza kuwabulwa kwa Isaaya. Era ekyavaamu, Katonda n'alekawo Yuda, ne Sennakeribu, kabaka w'e Bwasuli, n'akuba Yuda n'agiwangula. Bwatyo Kabaka Sennakeribu n'alumba Yuda era n'atwala abantu 200,000 mu buwambe. Era Kabaka Sennakeribu bwe yagamba Kabaka Keezekiya okusasula omutango, Kezekiya yasasula naye nga byasasudde abiggye mu Yeekaalu n'olubiri ebintu eby'omuwendo byonna ebyalimu n'okumala mu ggwanika lye ggwanga ssente. Eby'omuwendo mu Yeekaalu tebirina kumala gakwatibwako muntu yenna. Naye olw'okuba Keezekiya yagaba eby'omuwendo bino nga bwe yayagala n'okwagala okwewonya, Katonda yali takyayinza kukyebeera wabula okumuggyako amaaso. Sennakeribu bwe yagenda mu maaso n'okutiisatiisa Keezekiya wadde yali amusasudde byonna bye yali asabye, Keezekiya kwe kweddamu n'akizuula nti tayinza kubaako kyakola na maanyi ge, bwatyo n'agenda mu maaso ga Katonda n'asaba, nga yeenenya n'okumukoowoola. Ekyavaamu, Katonda n'amusaasira, n'awangula Bwasuli. Tusobola okufuna essomo lye limu ne mu maka gaffe, ku mirimu gye tukolera, mu bizinensi, n'okuva mu nkolagana zaffe ne baliraanwa, ne baganda baffe abalala. Omuntu ow'amalala tasobola kufuna kwagala; wadde okubaako amuyamba mu kaseera akazibu.

Amalala g'abakkiriza

Dayimooni teziyinza kuyingira mu muntu akkiririza mu Katonda kubanga Katonda abeera amukuuma. Kyokka, eriyo embeera nga dayimooni ziyingira mu bantu abagamba nti bakkiririza mu Katonda. Kino kisoboka kitya? Katonda akyawa ab'amalala. Kale omuntu bwafuuka ow'amalala okutuuka ku ssa Katonda wamugirako amaaso Ge, dayimooni asobola okumuyingira. Omuntu bwafuuka ow'amalala mu mwoyo, Setaani asobola okuleetera dayimooni okumwambala, n'okumufuga era ne zimuleetera okwonoona.

Kale okwambalibwa dayimooni kuyinza obutabeerawo, naye omukkiriza bw'afuna amalala mu mwoyo, asobola obutatuukiriza mazima era ekivaamu n'atandika okugwebwako emirembe, engeri gyabeera tagondera Kigambo kya Katonda, Katonda abeera tali naye, era buli kimu kibeera tekimutambulira bulungi mu bulamu bwe. Nga bwe kyawandiikibwa mu Engero 16:18, "Amalala gakulembera okuzikirira, n'omwoyo ogwegulumiza gukulembera ekigwo," amalala tewali wegayambira wadde. Eky'amazima, galeeta bulumi na kubonaabona. Tulina okutegeera nti amalala ag'omwoyo kiwuka kye nnyini kimunuuna musaayi, era nga galina okusuulibwa eri.

Naye nga mu ngeri emu oba endala, abakkiriza bayinza okukimanya nti balina amalala? Omuntu ow'amalala alowooza nti mutuufu, kale tatwala magezi g'abalala nga kikulu. Obutatambulira mu Kigambo kya Katonda n'ago gabeera malala, kubanga kino kiraga nti omuntu oyo tawa Katonda kitiibwa. Dawudi bwe yamenya amateeka ga Katonda, Katonda n'amunenya n'obukambwe ng'agamba nti, "Onnyomye Nze" (2 Samwiiri 12:10). Kale obutasaba, obutayagala, obutagonda, obutalaba kintu kikuli ku liiso lyo kyokka ng'otunuulira okantu akali ku liiso ly'omulala byakulabirako by'amalala.

Okunyooma abalala nga bw'obakolokota n'okubasalira omusango okusinziira ku magezi go ggwe, okwegulumiza, okwagala okweraga, gonna gabeera malala. Okubuukira buli ekyogerwa okusobola okuwakanya abalala n'ago malala. Bw'oba n'amalala, obeera oyaayaanira okuweerezebwa era oyagala kubeera wa waggulu. Era mu kugezaako okwekkusa ggwe n'okwekolera erinnya, otandika okwekung'aanyizaako obubi.

Olina okwenenya olw'ekika ky'amalala kino, era ofuuke omuntu omuwombeefu okusobola okweyagalira mu bulamu obulungi era obw'essanyu. Eno yensonga lwaki Yesu yagamba nti, "Bwe mutakyuka okufuuka ng'abaana abato, temuliyingira n'akatono mu bwakabaka obw'omu ggulu" (Matayo 18:3). Omuntu bwafuuka ow'amalala mu mutima, era n'alowooza nti ye abeera mutuufu buli ssaawa, era nga buli ssaawa agezaako okuwolereza bwawulira muli, era n'ateekamu okulowooza kwe ye, olwo nno abeera tajja kukkiriza Kigambo kya Katonda nga bwe kiri wadde okukitambuliramu, n'olwekyo ayinza n'obutafuna bulokozi.

Amalala g'abannabbi ab'obulimba

Bw'otunula mu Ndagaano Enkadde, olaba ebiseera bakabaka we baabuuliza bannabbi ku binaabaawo mu kiseera eky'omu maaso, era ne batambulira mu magezi gaabwe. Kabaka Akabu ye yali kabaka ow'omusanvu ow'obwakabaka obw'omu mambuka ga Isiraeri, era mu kiseera ky'okufa kwe, munda mu ggwanga, okusinza Baala kwali kungi, ate okuva mu mawanga agabalinaanye, olutalo n'eggwanga lya Busuuli lwali lunnyinnyitidde. Bino byonna byava ku Akabu okuwakanya okuwabulwa kwa nnabbi Mikaaya, kyokka ne yeesiga ebigambo bya bannabbi ab'obulimba.

Mu 1 Bassekabaka 22, Kabaka Akabu asaba Kabaka Yekosofaati ow'e Yuda okumwegattako okukomyawo ekitundu kya Lamosugireyaadi okuva mu mikono gya kabaka wa Busuuli. Mu kiseera ekyo, Kabaka Yekosofaati, eyayagala ennyo Katonda, n'amuwa amagezi nti basooke beebuuze ku nnabbi okulaba oba nga kwe kwagala kwa Katonda nga tebannakola kusalawo kwonna. Awo, Kabaka Akabu n'ayita bannabbi b'obulimba nga ebikumi bina bulijjo abaamuwaananga, era n'abeebuuzaako. Bonna ne boogera kimu nti Isiraeri erina okuwangula.

Kyokka, Mikaaya, nnabbi omutuufu, yawa obunnabbi nti bajja kuwangulwa. Ku nkomerero, obunnabbi bwa Mikaaya tebwatwalibwa, era bakabaka ababiri ne beegatta wamu ne balumba Busuuli. Kiki ekyavaamu? Olutalo lwaggwa nga tewali buwanguzi ku njuyi zombi. Nga ne Kabaka Akabu, bamufunzizza, nga yali yeefudde musirikale okusobola okwemulula okuva mu lutalo, ne bamukuba akasaale n'afa olw'omusaayi omungi ogwamuvaamu. Kino kye kyava mu Akabu okuwuliriza obunnabbi okuva mu bannabbi ab'obulimba n'agaana okuwuliriza obunnabbi bwa Mikaaya, nnabbi omutuufu. Bannabbi b'obulimba n'abayigiriza ab'obulimba bajja kufuna omusango gwa Katonda. Bajja kusuulibwa mu Ggeyeena —ne mu nnyanja ey'ekibiriiti, nga yo eyokya emirundi musanvu okusinga ennyanja ey'omuliro (Okubikkulirwa 21:8).

Nnabbi omutuufu oyo Katonda gwakkiriza abeera n'omutima omutuufu mu maaso ga Katonda, nga n'olwekyo, abeera asobola okukola obunnabbi obutuufu. Bannabbi ab'obulimba, abakoma ku bitiibwa, babeera mu kwegulumiza, ne balyoka boogera kye balowooza nga gyoli bunnabbi era ne batwala eggwanga lyabwe mu kuzikirira, oba okuwabya abantu baabwe. Oba kyogereddwa ku mutendera gw'amaka, ensi, oba ekkanisa, bwe tuwuliriza ebigambo by'abantu abalungi era ab'amazima, tujja kubeera mu mirembe nga tugoberera obulungi. Naye, bwe tugoberera ekkubo ly'omuntu omubi, tujja kusisinkana okubonaabona n'okuzikirira.

Omusango ogw'abantu abatambulira mu malala n'obubi

1 Timoseewo 6:3-5 wagamba, "Omuntu yenna bw'ayigirizanga obulala, so nga takkiriza bigambo bya bulamu, bye bya eri Mukama waffe Yesu Kristo, n'okuyigiriza okugoberanga okutya Katonda; nga yeekulumbaza, nga taliiko ky'ategeera, wabula okukalambiza obukalambiza empaka n'entalo ez'ebigambo, omuva obuggya okuyomba, okuvuma, okuteerera obubi, okukaayana kw'abantu abayonooneka amagezi, abaggibwako amazima, nga balowooza ng'okutya Katonda kwe kufuna amagoba."

Ekigambo kya Katonda kirimu obulungi bwonna; n'olwekyo tewali njigiriza ndala yonna yeetaagisa. Olw'okuba Katonda atuukiridde era mulungi, enjigiriza ye yokka y'entuufu. Kyokka, abantu abeegulumiza, abatamanyi mazima, boogera ku njigiriza endala ne bakaayana era ne beegulumiza. Bwe tubuuza "ebibuuzo ebikontana", tubeera tugamba nti ffe ffekka abatuufu. Bwe tubeera tulina "enkaayana n'ebigambo" kitegeeza nti tuyimusizza eddoboozi lyaffe n'ebigambo. Bwe tubeera "'n'ensaalwa", kitegeeza nti twagala kutuusa bulabe ku muntu omulala bwafuna okwagala okusinga kwe tufuna. Tuleetawo "okukuubagana" bwe twetaba mu kuwakana okuleetawo okwawukana mu bantu. Bwe tutandika okwegulumiza mu ngeri eno, emitima gyaffe gyonooneka, era ne tuteeka mu nkola emirimu gy'omubiri egyo Katonda gyakyawa.

Kale omuntu ow'amalala bwateenenya era n'akyuka okubivaamu, Katonda ajja kumugyako amaaso Ge, era ajja kusalirwa omusango. Ne bwakowoola atya nti, "Mukama wange, Mukama wange," era n'ayogera nga bwakkiririza mu Katonda, bwateenenya kyokka n'agenda mu maaso okukola obubi, ku Lunaku olw'Omusango, ajja kusuulibwa mu muliro gwa Ggeyeena n'ebisusunku byonna ebirala.

Emikisa gy'abatuukirivu abatya Katonda

Omuntu akkiririza ddala mu Katonda ajja kumenyaamenya amalala ge n'ebikolwa ebibi okufuuka omuntu omutuukirivu atya Katonda. Kitegeeza ki okutya MUKAMA Katonda? Engero 8:13 wagamba, "Okutya MUKAMA kwe kukyawa obubi; Amalala n'essukuti n'ekkubo ebbi n'akamwa akabambaavu bye nkyawa." Bwe tukyawa obubi era ne tweggyako buli kika kya bubi, tufuuka abantu abatambulira mu butuukirivu mu maaso ga Katonda.

Eri abantu nga bano, Katonda abawa okwagala Kwe okutaggwaawo era n'abawa obutuukirivu, n'addamu okusaba kwabwe, n'emikisa. Katonda agamba, "Naye mmwe abatya erinnya Lyange enjuba ey'obutuukirivu eribaviirayo ng'erina okuwonya mu biwaawaatiro byayo. Kale mulifuluma ne muligita ng'ennyana ez'omu kisibo. Era mulirinnyirira ababi; kubanga baliba vvu wansi w'ebigere bya mmwe, ku lunaku lwe" (Malaki 4:2-3).

Eri abo abatya Katonda n'okukuuma amateeka Ge, nga bwe kituukira ku buli muntu (Omubuulizi 12:13), Katonda abawa omukisa n'eby'obugagga, ekitiibwa, n'obulamu (Engero 22:4). N'olwekyo bafuna okuddamu eri okusaba kwabwe, okuwonyezebwa n'emikisa balyoke baligite ng'ennyana ez'omu kisibo era beeyagalire mu ssanyu erya nnama ddala.

Mu Kuva 15:26, Katonda agamba, "Oba nga oliwulira nnyo eddoboozi lya MUKAMA Katonda wo, n'okola obutuukirivu mu maaso Ge,n'owulira amateeka Ge, n'okwata by'alagira byonna, sirikuteekako ggwe endwadde zonna ze nnateeka ku Bamisiri, kubanga nze MUKAMA akuwonya." Kale si nsonga bulwadde bwa naba ki obumukutte, omuntu atya Katonda ajja kuwonyezebwa era abeere mulamu, era ekivaamu, ajja kuyingira eggulu era yeeyagalire mu kitiibwa eky'olubeerera.

N'olwekyo tulina okwetunulamu n'obwegendereza. Era bwe twezuulamu n'obubi mu ffe, tulina okwenenya era tukyuke okulekayo obubi obwo. Ekisembayo, katufuuke abantu abatuukirivu abo abatya Katonda mu bwetowaaze n'okuweereza.

Essuula 15

Olw'ekibi, Olw'obutuukirivu, n'Olw'omusango

"Naye nze mbagamba amazima, kibasaanira mmwe nze okugenda, kubanga nze bwe sirigenda, omubeezi talibajjira, naye bwe ndigenda ndimutuma gye muli. Ye bw'alijja, alirumiriza ensi olw'ekibi, n'olw'obutuukirivu, n'olw'omusango. Olw'ekibi, kubanga tebanzikiriza Nze; olw'obutuukirivu, kubanga ngenda eri Kitange, so nammwe temukyandaba nate, olw'omusango, kubanga omukulu w'ensi eno asaliddwa omusango."
(Yokaana 16:7-11)

Bwe tukkiririza mu Yesu Kristo era ne tuggulawo emitima gyaffe okumukkiriza ng'Omulokozi waffe, Katonda atuwa Omwoyo Omutukuvu ng'ekirabo. Omwoyo Omutukuvu yatukulembera eri okuzaalibwa omulundi ogw'okubiri, era n'atuyamba okutegeera Ekigambo kya Katonda. Akola mu ngeri nnyingi, ng'okutulung'amya okubeera nga tutambulira mu mazima, n'okututwala eri obulokozi obutuukiridde. N'olwekyo, okuyita mu Mwoyo Omutukuvu, tulina okuyiga ekibi kye ki, n'okumanya okwawulawo wakati w'ekituufu n'ekikyamu. Tulina n'okuyiga okutambulira mu butuukirivu tusobole okuyingira mu Ggulu era twewale omusango ogwa Ggeyeena.

Olw'ekibi

Yesu yagamba abayigirizwa Be ku ngeri gye yalina okufa ng'akomererwa ku musalaba n'okubonaabona abayigirizwa Be kwe baalina okusisinkana. Era n'abazzaamu amaanyi ng'abategeeza ng'okuzuukira Kwe n'okugenda mu Ggulu bwe bijja okugobererwa Omwoyo Omutukuvu, n'ebintu ebirungi byonna bye banaafunamu oluvannyuma. Okugenda kwa Yesu mu ggulu lyali ddaala kkulu nnyo mu kujja kw'Omwoyo Omutukuvu, Omuyambi.

Yesu yagamba nti Omwoyo Omutukuvu bwalijja, Yali ajja kulumiriza ensi olw'ekibi, olw'obutuukirivu n'olw'omusango. Olwo kitegeeza ki nti Omwoyo Omutukuvu "Bw'alijja, alirumiriza ensi olw'ekibi"? Nga bwe kiwandiikiddwa mu Yokaana 16:9, "Olw'ekibi, kubanga tebanzikiriza Nze," obutakkiririza mu Yesu Kristo kibi, era kino kitegeeza nti abantu abatamukkiririzaamu bajja kumaliriza basaliddwa omusango. Olwo lwaki obutakkiririza mu Yesu Kristo kibi?

Katonda kwagala yasindika Omwana We omu yekka, Yesu Kristo, eri ensi eno okuggulawo ekkubo ery'obulokozi ku lw'abantu abaali baafuuka abaddu b'ekibi olw'obujeemu bwa Adamu. Bwe yafa ku musalaba, Yesu yanunula abantu bonna mu bibi byabwe, bwatyo n'aggulawo oluggi lw'obulokozi, era n'afuuka Omulokozi yekka. N'olwekyo, obutakkiririza mu mazima gano, kyokka ng'ogamanyi, kibeera kibi. Era omuntu atakkiririza mu Yesu Kristo ng'Omulokozi we, tasobola kusonyiyibwa bibi, kale bwatyo ajja kusigala nga mwonoonyi.

Lwaki asala omusango olw'ekibi

Tusobola okukiraba nti eriyo Omutonzi Katonda nga

tutunuulidde butunuulizi ebitonde byonna. Abaruumi 1:20 wagamba, "Kubanga ebibye ebitalabika okuva ku kutonda ensi birabikira ddala nga bitegeererwa ku bitonde, obuyinza Bwe obutaggwaawo n'obwakatonda Bwe, babeere nga tebalina kya kuwoza." Kino kitegeeza nti, tewali n'omu ayinza kwewolereza nti tebakkiriza kubanga baali tebamanyi Katonda.

Ne ssaawa entono ennyo ey'oku mukono tesobola kutandika kumala gakola bukozi awatali muntu yagikola. Olwo ate bwe kituuka ku nsi etambuzibwa mu ngeri ey'ekikugu ennyo, olowooza yeekola yokka buli kimu n'ekitambula nga bwe kitambula awatali kusobyamu? Okutunuulira obutunuulizi ensi, omuntu asobola okutegeera Obwakatonda bwa Katonda n'amaanyi Ge agataggwaawo.

Era mu mulembe guno, Katonda Yeeraga ng'alaga obubonero n'ebyewuunyo okuyita mu bantu bayagala. Abantu bangi olwaleero baali babuliddwa ku njiri waakiri omulundi gumu okukkiririza mu Katonda, kubanga Gyali. Abantu abamu bayinza okuba nga baali beerabidde ku ky'amagero bo bennyini, oba okuwulira okuva ku muntu eyakyerabirako. Bw'aba omuntu eyali alabye oba okuwulira ku bubonero buno n'ebyewuunyo, n'asigala nga takkiriza kubanga omutima gwe gwaguba, ddala abeera ajja kukwata ekkubo ery'okuzikirira. Kino Ekyawandiikibwa kye kitegeeza bwe kigamba nti, Omwoyo Omutukuvu, "alirumiriza ensi olw'ekibi."

Ensonga lwaki ebiseera ebisinga abantu tebakkiriza njiri, lwakuba batambulira mu bulamu obujjudde ekibi bwe babeera beenoonyeeza ebyabwe. Olw'okuba balowooza nti buli kimu kiggwera wano ku nsi, tebasobola kukkiririza mu ggulu ne mu bulamu obutaggwaawo. Mu Matayo essuula 3, Yokaana Omubatiza ayita abantu okwenenya, kubanga obwakabaka bwa Katonda buli kumpi. Era ayongera n'agamba nti, "naye kaakanoembazzi eteekeddwa ku kikolo ky'emiti, buli muti ogutabala bibala birungi gunaatemebwa, gunaasuulibwa mu muliro." (olu. 10) ne "Olugali Lwe luli mu mukono Gwe, naye alirongoosa nnyo egguuliro Lye, alikung'aanyiza engano mu ggwanika, naye ebisusunku alibyokya n'omuliro ogutazikira" (olu. 12).

Omulimi asiga, n'akoola, era n'akungula ebibala. N'amala n'ateeka amakungula mu kyagi ebisusunku n'asuula, ne Katonda bwatyo bwakola. Katonda ateekateeka omuntu, era n'atwala abaana Be abatuufu eri obulamu obutagwaawo. Bwe bagoberera ensi era ne basigala nga b'onoonyi, Abaleka ne bagenda eri ekkubo ery'okuzikirira. Kale okusobola okufuuka eng'ano era ofune obulokozi, tulina okufuuka abatuukirivu era tugoberera Yesu n'okukkiriza.

Olw'obutuukirivu

Wansi w'ekigendererwa kya Katonda, Yesu yajja eri ensi eno era n'afa ku musalaba okusobola okugonjoola ekizibu ky'omuntu eky'ekibi. Era, Yasobola okuwangula okufa, n'azuukira, era n'agenda mu Ggulu kubanga yali talina kibi kisikire, nga talina kibi kye yeekolera, era yatambuliranga mu butuukirivu. Mu Yokaana 16:10 Yesu agamba, "…olw'obutuukirivu, kubanga ngenda eri Kitange, so nammwe temukyandaba nate …" Waliwo amakulu ag'ebuziba agakwekeddwa mu bigambo bino.

Olw'okuba Yesu teyalina kibi kyonna, Yasobola okutuukiriza omulimu ogwamutumwa okujja eri ensi eno—Yali tasobola kusibibwa kufa, bwatyo kwe kuzuukira. Era n'agenda mu maaso ga Katonda Kitaffe okusobola okufuna eggulu ng'ekibala eky'olubereberye eky'okuzuukira. Kino Kyayita "obutuukirivu". Kale bwe tukkiriza Yesu Kristo, tufuna ekirabo eky'Omwoyo Omutukuvu, era ne tufuna obuyinza okufuuka abaana ba Katonda. Okuyita mu kukkiriza Yesu Kristo tuva mu kubeera abaana ba setaani ne tuzaalibwa omulundi ogw'okubiri ng'abaana ba Katonda abatukuvu.

Kino kye kitegeeza okufuna obulokozi okuyita mu kuyitibwa

"omutuukirivu" okuyita mu kukkiriza. Si lwakuba nti tulina kye twakola ekitugwanyiza okufuna obulokozi. Tufuna obulokozi okuyita mu kukkiriza era tetubusasulira muwendo. Eno yensonga lwaki tulina okwebazanga Katonda bulijjo era tutambulire mu butuukirivu . Tusobola okukomyawo ekifaananyi kya Katonda bwe tulwanagana n'ekibi okutuuka ku ssa ery'okuyiwa omusaayi era ne tukisuula eri okusobola okubeera n'omutima ogufaanana ogwa Mukama waffe.

Lwaki asala omusango olw'obutuukirivu

Bwe tutatambulira mu butuukirivu, n'abatali bakkiriza batusekerera. Okukkiriza kutuukirizibwa bwe kugobererwa ebikolwa, era okukkiriza okutaliiko bikolwa kubeera kufu (Yakobo 2:17). Abatali bakkiriza bbo batusala ensobi era ne batusalira omusango mu ndowooza yaabwe, nga bagamba nti, "Ogamba ogenda ku kkanisa, kyokka ate onywa omwenge n'okufuuwa sigala? Oyinza otya okugenda ng'oyonoona bwotyo kyokka ne weeyita omugoberezi wa Kristo?!" Kale, ng'omukkiriza, bw'oba nga wafuna Omwoyo Omutukuvu naye nga totambulira mu bulamu butuukirivu, bwotyo n'osalirwa omusango, ekyo ekyawandiikibwa kye kigamba nti "omusango olw'obutuukirivu".

Mu ngeri eno, Katonda ajja kunenya n'okukangavvula abaana Be okuyita mu Mwoyo Omutukuvu, basobole okulekayo okutambulira mu bulamu obw'ekibi. Kale, ensonga lwaki Katonda aliko okusoomoozebwa n'ebizibu byaganya okujja mu maka ga bantu abamu, ku mirimu gyabwe, mu bizinensi, oba ku bo bennyini kwe kubabonereza basobole okutambula ng'abasajja n'abakazi abatuukirivu. Era lwakuba n'omulabe setaani abeera abalumiriza mu maaso ga Katonda, Bwatyo Katonda alina okukkiriza okusoomoozebwa okubaawo olw'amateeka ag'omwoyo.

Abawandiisi n'Abafalisaayo baali bakakasa nti batambulira

mu butuukirivu kubanga baali balowooza nti amateeka bagamanyi bulungi era bagakuuma bitiribiri. Naye Yesu atugamba nti obutuukirivu bwaffe bwe butaasinge nnyo obutuukirivu bw'Abawandiisi n'Abafalisaayo, tetujja kuyingira obwakabaka obw'omu ggulu (Matayo 5:20). Okwogera obwogezi nti, "Mukama wange, Mukama wange," tekitegeeza nti tulina obulokozi. Okusobola okufuna Eggulu, tulina okukkiririza mu Mukama okuva ku ntobo y'emitima gyaffe, nga tweggyako ebibi byaffe, era tutambulire wakati mu butuukirivu.

"Okutambulira mu butuukirivu" tekitegeeza kuwuliriza buwuliriza Kigambo kya Katonda n'okukitereka mu mitwe gyaffe ng'ekimu kw'ebyo bye tumanyi. Wabula kwe kufuuka omuntu omutuukirivu nga tukkiriza mu mitima gyaffe era nga bwe tutambulira mu Kigambo Kye. Ggwe weewuunye kyandibadde kitya singa Eggulu lijjudde abakumpanya, ababbi, abalimba, abenzi, abantu ab'obuggya, n'abalala. Katonda tateekateeka muntu kuleeta bisusunku mu Ggulu ! Ekigendererwa kya Katonda kwe kuyingiza eng'ano ennungi—abatuukirivu mu Ggulu.

Olw'omusango

Yokaana 16:11 wagamba, "...olw'omusango, kubanga omukulu w'ensi eno asaliddwa omusango." Wano, "omukulu w'ensi eno" kitegeeza omulabe Setaani. Yesu yajja eri ensi eno olw'ebibi by'abantu. Yatuukiriza omulimu ogw'obutuukirivu era n'alekayo omusango ogw'enkomerero. Naye nga tusobola n'okwogera nti omusango ogw'enkomerero gwakolebwa dda kubanga okujjako okuyita mu kukkiririza mu Yesu Kristo lwe tusobola okufuna okusonyiyibwa ebibi n'okufuna obulokozi.

Abo abatakkiriza bajja kumaliriza bagenze mu Ggeyeena, kale kiringa nti baasingisibwa dda omusango. Eno yensonga lwaki Yokaana 3:18-19 wagamba nti, "Amukkiriza tegumusinga, atamukkiriza gumaze okumisinga, kubanga takkiriza linnya lya Mwana eyazaalibwa omu yekka owa Katonda. Guno gwe musango kubanga Omusana guzze mu nsi, abantu ne bagala enzikiza okukira Omusana, kubanga ebikolwa byabwe byali bibi."

Olwo tuyinza kukola ki okwewala okusalirwa omusango? Katonda yatugamba okubeera abatunula mu mwoyo, tutambulire mu butuukirivu era tulekera awo okwonoona (1 Abakkolinso 15:34). Era yatugamba nti twerekereze buli kika kya bubi (1 Abasessaloniika 5:22). Okusobola okutambulira mu butuukirivu mu maaso ga Katonda, tulina okusookera ddala okweggyako ebibi eby'ebweru, kyokka nga tulina n'okweggyako n'obubi obusemberayo ddala obutono.

Bwe tukyawa obubi era ne tukola okusalawo okusigala mu bulungi, tusobola okweggyako ebibi. Oyinza okubuuza, "Olaba kizibu okweggyako n'ekibi ekimu; olwo nnyinza ntya okweggyako ebibi byange byonna?" Kirowoozeeko bw'oti. Bwogezaako okusikayo emirandira gy'omuti gumu ku gumu, kizibu ddala. Naye bw'osikayo omulandira omukulu, obulandira bwonna obulala bujjja kujirako. Mu ngeri y'emu, essira bw'oliteeka ku kusooka okuggyayo ebibi ebisinga obuzibu, okuyita mu kusaba ennyo n'okusiiba buli lw'osobola, osobola okweggyako n'embala zonna ez'ekibi, wamu n'ekibi ekyo ekinene.

Munda mu mutima gw'omuntu mulimu okwegomba kw'omubiri, okwegomba kw'amaaso, n'amalala g'ensi agataliimu. Bino bye bimu ku bika by'obubi obungi ebyava eri omulabe setaani. N'olwekyo omuntu tasobola kweggyako bibi bino n'amaanyi ge. Eyo yensonga lwaki Omwoyo Omutukuvu ayamba abo abagezaako okwetukuza ne basaba. Olw'okuba Katonda asanyukira okufuba kwabwe, Ajja kubayiwako ekisa n'amaanyi. Ebintu bino ebina—ekisa n'amaanyi ga Katonda okuva waggulu, okufuba kwaffe, wamu n'okuyambibwako Omwoyo Omutukuvu—bikolera wamu, olwo nno tubeera tusobolera ddala okweggyako ebibi byaffe.

Kino okusobola okubaawo, tulina okusooka okweggyako

okwegomba kw'amaaso. Singa ekintu tekiriimu mazima, kisingako ffe obutakiraba, okukiwulira, oba n'okukisemberera. Katugambe abavubuka baliko ekintu eky'obuseegu kye baalabye ku ka vidiyo oba ku Ttivvi. Kati okuyita mu kwegomba kw'amaaso, omutima ne gusiikulibwa, era okwegomba okw'omubiri mu mutima ne kusituka. Ekivaamu kino kiviirako abavubuka abo okutandika okuyiiya pulaani era olugira nga bateeka pulaani zino mu nkola era pulaani zino kasita ziteekebwa mu nkola, buli kika kya buzibu kisobola okubaawo. Eno yensonga lwaki kikulu nnyo eri ffenna okweggyako okwegomba kw'amaaso.

Matayo 5:48 wagamba, "Kale mmwe mubeerenga abatuukirivu, nga Kitammwe ali mu ggulu bw'ali omutuukirivu." Ne mu 1 Peetero 1:16 Katonda agamba, "Munaabanga batuukirivu, kubanga Nze ndi mutukuvu." Abantu abamu bayinza okubuuza, "Omuntu ayinza atya okufuuka omutuukirivu nga Katonda?" Katonda ayagala tubeere batuukirivu. Era ddala tetuyinza kutuukiriza kino n'amaanyi gaffe. Naye eno yensonga lwaki Yesu yeetika omusalaba, era eno yensonga lwaki Omwoyo Omutukuvu, Omuyambi, atuyamba. Omuntu okwogera nti yakkiriza Yesu Kristo era n'amukoowoola ng'agamba "Mukama wange, Mukama wange", tekitegeeza nti ajja kugenda mu Ggulu. Alina okweggyako ebibi bye era n'atambulira mu bulamu obutuukirivu okusobola okwewala omusango n'okuyingira mu Ggulu.

Omwoyo Omutukuvu alumiriza ensi

Olwo lwaki Omwoyo Omutukuvu ajja okulumiriza ensi olw'ekibi, olw'obutuukirivu, n'olw'omusango? Kino kiri bwe kityo lwakuba ensi ejjudde obubi. Kiringa bwe tubeera tulina kyetutegeka, tumanya nti kirina wekitandikira era kirina wekikoma. Bwe tutunuulira obubonero bungi mu nsi olwaleero, tusobola okukiraba nti enkomerero enaatera.

Katonda Omutonzi yeeyateekateeka ebyafaayo by'omuntu ne pulaani etegerekeka obulungi ekwata ku ntandikwa n'enkomerero. Bwe tutunuulira entambula yaayo mu Bayibuli, waliwo enjawulo eyeyoleka obulungi wakati w'obulungi n'obubi, era waliwo ennyinyonyola ennambulukufu obulungi nti ekibi kwe kuva okufa nti era obutuukirivu bwe buvaako okufuna obulamu obutaggwaawo. Eri abo abakkiririza mu Katonda, Katonda abawa omukisa era n'abeera wamu n'abo. Naye abo abatamukkiririzaamu bamaliriza basaliddwa omusango era ne bakwata ekkubo ery'okuzikirira. Omusango gwa Katonda ogw'abo okuva edda tegulwa (2 Peetero 2:3).

Ng'amataba ag'amaanyi mu biseera bya Nuuwa, n'okuzikiriza kwa Sodoma ne Gomola mu biseera bya Ibulayimu, obubi bw'omuntu bwe bussuka, Omusango gwa Katonda gukka. Abaisiraeri okusobola okuteebwa okuva mu nsi y'e Misiri, Katonda yasindika wansi ebibonoobono kkumi ku Misiri. Guno gwali musango ogwasingisibwa Falaawo olw'okwemanya kwe.

Era emyaka nga enkumi bbiri egiyise, abantu b'omu kitundu kya Pompeii bwe baayonooneka ekisusse n'obuseegu saako obugwenyufu. Katonda yabazikiriza bonna n'ebigwa bitalaze ensozi bwe zaayabika. Bw'okyalira Pompeii olwaleero, ekibuga ekyabikibwa ekirungo eky'omuliro ogwava mu nsozi ezaali zabise bakyakikuumye nga bwe kyayonoonebwa, era okitunulako lumu, n'olaba obubi obwali mu bantu b'omu kibuga kino, kisoboka okulaba obubi obwaliwo mu biseera ebyo.

Ne mu Ndagaano Empya, Yesu lumu yanenya abafalisaayo n'Abawandiisi nti bannanfuusi era yakidding'ana nti , 'Ziribasanga mmwe' emirundi musanvu. Okusobola okukuuma ensi obutasingisibwa musango n'okusindikibwa mu Ggeyeena, ensi erina okulumirizibwa n'okunenyezebwa.

Mu Matayo essuula 24, abayigirizwa baabuuza Mukama obubonero obulyoleka okujja Kwe n'enkomerero y'ebiro. Yesu kwe kubanyonnyola mu bujjuvu nti okubonaabona okuyitiridde kulijja. Katonda tajja kuggulawo luggi lwa ggulu, okuyiwa ku nsi amazzi oba omuliro nga bwe Yakola edda, kyokka ajja kusingisa abantu omusango ogugya mu biro byabwe.

Ekitabo ky'Okubikkulirwa kiwa obunnabbi nti eby'okulwanyisa ebitalabwanga birivaayo, era walibaawo okuzikiriza okw'amaanyi okuva mu ntalo eziriyinda mu kiseera ekyo. Kale pulaani ya Katonda ey'okuteekateeka omuntu bwerituuka ku nkomerero, Omusango ogw'amaanyi gulijja. Era olunaku olwo bwe lulituuka, wajja kubaawo okusalirwa omusango, oba ng'omuntu agenda kubeerera ddala mu Ggeyeena, oba olubeerera mu Ggulu. Kale tulina okutambula tutya ensangi zino?

Mweggyeeko ekibi era mutambulire mu bulamu obw'obutuukirivu

Okusobola okwewala omusango, twetaaga okweggyako ebibi byaffe era tutambulire mu butuukirivu. Era ekisingira ddala obukulu nti buli muntu ssekinnoomu alina okuteekateeka omutima gwe n'Ekigambo kya Katonda. Ng'omulimi bwateekateeka ennimiro ye. Tulina okutereeza ennimiro zaffe ezibadde ng'ez'okumabbali g'ekkubo, oba ez'okunjazi oba ezirimu amaggwa, zifuuke ezo ezirina ettaka eddungi, ettaka egimu.

Naye olumu twewuunya, "Naye lwaki Katonda abatali bakkiriza tabafaako, kyokka n'akkiriza embeera zino enzibu okuba ku nze, nze omukkiriza?" Kiri bwe kityo lwakuba, nga ekimuli ekisibiddwa obulungi okutali mirandira bwe kirabika obulungi kungulu naye nga ddala tekirina bulamu, abatakkiriza baasalirwa dda omusango era bajja kugenda mu Ggeyeena, kale tebeetaaga kukangavvulwa.

Ensonga lwaki Katonda atukangavvula, lwakuba tuli baana Be abatuufu, so si beeboolereze. N'olwekyo, tulina kwebaza bwebaza olw'okutukangavvula (Abaebbulaniya 12:7-13). Nga abazadde bwe bagunjula abaana baabwe olw'okuba babagala era bagala babalung'amye eri ekkubo eddungi, wadde kitegeza kubakuba kibooko, naffe olw'okuba tuli baana ba Katonda, bwe kibeera kyetaagisa, Katonda ajja kuganya ezimu ku mbeera enzibu okutujjira asobola okututwala eri obulokozi. Omubuulizi 12:13-14 wagamba, "Ekigambo ekyo wekikoma wano; byonna biwuliddwa, otyanga Katonda, okwatanga ebiragiro Bye, kubanga ekyo bye byonna ebigwanira omuntu. Kubanga Katonda alisala omusango gwa buli mulimu, wamu na buli kigambo ekyakwekebwa, oba nga kirungi oba nga kibi". Okutambula ng'omutuukirivu kitegeeza okutuukiriza obuvunaanyizibwa bw'omuntu bwonna mu bulamu bwaffe. Engeri Ekigambo kya Katonda gye kitugamba okusaba, tulina okusaba. Olw'okuba kitugamba okukuuma olunaku lwa Mukama nga lutukuvu, tulina okulukuuma nga lutukuvu. Era bwe kitugamba obutasala misango, tetulina kusalira balala misango. Mu kukola kino, tubeera tukuuma ekigambo Kye era ne tukitambuliramu, tufuna obulamu era ne tutambula nga tudda eri obulamu obutaggwaawo.

N'olwekyo, nsuubira nti ojja kutereka obubaka buno bwonna ku mutima gwo, ofuuke eng'ano ennungi ng'olina okwagala okw'omwoyo okwogerwako mu 1 Bakkolinso essuula 13, ebibala omwenda eby'Omwoyo Omutukuvu (Abaggalatiya 5:22-23), n'okwesiima olw'okutuukiriza embala ezoogerwako eziweesa emikisa (Mataayo 5:3-12). Nsaba mu linnya lya Mukama nti mu kukola ekyo tojja kufuna bufunyi bulokozi wabula ojja na kufuuka omwana wa Katonda oyo ayakaayakana ng'enjuba mu bwakabaka obw'omu Ggulu.

Omuwandiisi
Dr. Jaerock Lee

Dr. Jaerock Lee Yazaalibwa Muan, ekisangibwa mu ssaza lye Jeonnam, mu Nsi ye Korea, mu mwaka gwa 1943. Ng'ali mu myaka amakumi abiri, Dr. Lee yabonaabona n'endwadde nnyingi ez'olukonvuba okumala emyaka musanvu era ng'alinda bulinzi kufa awatali ssuubi lya kuwona. Wabula lumu mu biseera eby'omusana mu mwaka gwa 1974, yatwalibwa mwannyina mu kanisa era bwe yafukamira wansi okusaba, amangu ago Katonda Omulamu n'amuwonya endwadde ze zonna.

Okuva Dr. Lee bwe yasisinkana Katonda Omulamu okuyita mu ngeri ennungi bw'etyo, ayagadde Katonda n'omutima gwe gwonna era n'amazima, era mu mwaka gwa 1978 yayitibwa okuba omuweereza wa Katonda. Yasaba n'amaanyi ge gonna n'okusiiba asobole okutegeera obulungi okwagala kwa Katonda, alyoke akutuukirize mu bujjuvu era agondere Ebigambo bya Katonda byonna. Mu 1982, yatandika ekanisa eyitibwa Manmin Central Church esangibwa mu kibuga Seoul, eky'omu nsi ye Korea, era eby'amagero bya Katonda ebitabalika, omuli okuwonya okw'ebyamagero bizze bibeerawo mu kanisa ye.

Mu 1986, Dr. Lee yatikkirwa ku mukolo Annual Assembly of Jesus ogwali mu Sungkyul Church of Korea, n'afuuka omusumba era oluvanyuma lw'emyaka ena mu mwaka gwa 1990, obubaka bwe bwatandika okuzanyibwa ku butambi mu nsi ya Australia, Russia, Philippines, n'ensi endala nnyingi ku mikutu nga Far East Broadcasting Company, Asia Broadcast Station, ne Washington Christian Radio System.

Nga wayise emyaka essatu mu 1993, Manmin Central Church yalondebwa okuba "emu ku kanisa 50 ezikulembedde mu nsi yonna" nga bino byafulumizibwa aba Christian World magazine (ng'efulumira mu Amerika) era n'afuna ekitiibwa ky'obwa Dokita mu By'eddiini okuva mu ttendekero eriyitibwa Christian Faith College, eky'omu kibuga Florida, ekisangibwa mu Amerika, era mu 1996 yaweebwa eky'obwa ssabakenkufu mu ttendekero lye Kingsway Theological Seminary, eky'omu kibuga Iowa, mu Amerika.

Okuva omwaka gwa 1993, Dr. Lee akulembeddemu okutambuza enjiri mu nsi yonna okuyita mu kuluseedi ennyingi z'akubye emitala w'amayanja nga kuluseedi eyali e Tanzania, Argentina, L.A., Baltimore City, Hawaii, ne New York City eky'omu Amerika, Uganda, Japan, Pakistan, Kenya, Philippines, Honduras, India, Russia, Germany, Peru, Democratic Republic of the Congo, Israel ne Estonia.

Mu 2002 empapula ez'amaanyi mu Korea z'amuyitanga "omusumba ow'ensi yonna" olw'emirimu gye mu nsi ez'enjawulo gye yakubanga Kuluseedi ennene ennyo. Naddala, kuluseedi ye ey'omu kibuga New York eyaliyo mu 2006 nga yayatiikirira nnyo, Kuluseedi eyali mu kisaawe ekimanyiddwa ennyo ekiyitibwa Madison Square Garden era nga yayita ku mpewo ku mikutu gy'empuliziganya mu nsi 220, mu kuluseedi gye yakuba mu Isiraeri mu mwaka gwa 2009 mu kifo ekiyitibwa International Convention Center (ICC) ekisangibwa mu Yerusaalemi era n'alangirira mu buvumu nti Yesu Kristo ye Mununuzi era Omulokozi.

Obubaka bwe bwatuuka mu nsi 176 okuyita ku setilayiti n'omukutu ogumanyiddwa nga GCN TV era mu mwaka gwa 2009 ne 2010 akatabo akamanyiddwa ennyo mu Russia kafulumya nti Dr. Lee y'omu ku bakulembeze b'eddiini 10 abasinga okukwata ku bantu, mu katabo Victory ne mu new agency Christian Telegraph olw'obuweereza bwe ku TV obw'amaanyi ne mu makanisa agali ebunaayira gasumba.

Weguweredde omwezi ogw'ekkumi n'ebiri 2016, Ekanisa ya Manmin Enkulu eweza ba memba abassuka mu 120,000. Waliwo amatabi g'ekanisa 11,000 mu nsi yonna, nga 56 gali mu nsi ye Korea, era aba minsani 102 beebakasindikibwa mu nsi 23, omuli Amerika, Russia, Germany, Canada, Japan, China, France, India, Kenya, n'endala nnyingi.

Ekitabo kino w'ekifulumidde, Dr. Lee abadde awandiise ebitabo ebirala 105, omuli ebisinze okutunda nga Okuloza ku Bulamu Obutaggwaawo nga si n'afa, Obulamu Bwange, Okukkiriza Kwanga I & II, Obubaka Bw'omusalaba, Ekigera Okukkiriza, Eggulu I & II, Ggeyeena, Zuukusa Isiraeri!! ne Amaanyi ga Katonda. Ebitabo bye bikyusiddwa okudda mu nnimi ezissuka mu 76.

Waliwo obubaka bwe obuwandiikibwa mu miko gye mpapula z'amawulire ng'olwa The Hankook Ilbo, The JoongAng Daily, The ChosunIlbo, The Dong-A Ilbo, The MunhwaIlbo, The Seoul Shinmun, The Kyunghyang Shinmun, The Korea Economic Daily, The Korea Herald, The Sisa News, ne The Christian Press.

Dr. Lee kati akola ng'omukulembeze w'ebitongole by'obu misani bingi saako ebibiina: nga ye Sentebe wa, The United Holiness Church of Jesus Christ; Ye Pulezidenti wa, Manmin World Mission; Permanent President, The World Christianity Revival Mission Association; Ye yatandika, Manmin Ttivvi; Ye yatandika era ali ku bboodi ya, Global Christian Network (GCN); Mutandisi era ye Ssentebe wa Bboodi ya, World Christian Doctors Network (WCDN); era ye yatandika era ye sentebe wa Bboodi ya, Manmin International Seminary (MIS).

Ebitabo ebirala Eby'amaanyi eby'omuwandiisi y'omu

Eggulu I & II

Ekifaananyi ekiraga ekifo ekirungi ennyo abatuuze b'omu ggulu mwe babeera n'ennyinyonyola ennungi ey'emitendera egy'enjawulo egy'obwakabaka obw'omu ggulu

Obulamu Bwange, Okukkiriza Kwange I & II

Evvumbe ery'omwoyo erisingayo obulungi erigiddwa mu bulamu obwameruka n'okwagala kwa Katonda okutatuukika, wakati mu mayengo g'ekizikiza, n'enjegere ezinyogoga saako obulumi obutagambika

Okuloza ku Bulamu Obutaggwaawo nga si n'afa

Obujjulizi bwa Dr. Jaerock Lee, eyazaalibwa omulundi ogw'okubiri era n'alokolebwa okuva mu kiwonvu eky'ekisiikirize eky'okufa era abadde atambulira mu bulamu bw'ekikristaayo obw'okulabirako

Ekigera Okukkiriza

Kifo kya kika ki eky'okubeeramu, engule n'empeera ebikutegekeddwa mu ggulu? Ekitabo kino kikuwa amagezi n'okukulung'amya okusobola okupima okukkiriza kwo osobole okuluubirira

Ggeyeena

Obubaka obw'amazima eri abantu bonna okuva eri Katonda, oyo atayagala wadde omwoyo ogumu okugwa mu bunnya bwa ggeyeena! Mujja kuzuula ebyo ebitayogerwangako ku bukambwa ate nga bwa ddala obuli mu magombe aga wansi aga geyeena.

www.urimbooks.com